QUY SƠN
CẢNH SÁCH

QUY SƠN CẢNH SÁCH
NGUYỄN MINH TIẾN
dịch và chú giải

Bản quyền thuộc về dịch giả và Nhà xuất bản Liên Phật Hội (United Buddhist Publisher).

Copyright © 2019 by United Buddhist Publisher
ISBN-13: 978-1-0922-1937-2
ISBN-10: 1-0922-1937-4

© All rights reserved. No part of this book may be reproduced by any means without prior written permission from the publisher.

NGUYỄN MINH TIẾN
Việt dịch và chú giải

QUY SƠN CẢNH SÁCH

BÀI VĂN CẢNH SÁCH CỦA TỔ QUY SƠN

NHÀ XUẤT BẢN LIÊN PHẬT HỘI
UNITED BUDDHIST PUBLISHER - UBP

Thay lời tựa

Bài văn này được thiền sư Quy Sơn Linh Hựu viết ra nhằm sách tấn việc tu học của đồ chúng, nên gọi là văn cảnh sách, và lấy tên ngài để làm tựa. Từ xưa nay vẫn gọi là "Quy Sơn cảnh sách văn".

Mặc dù đã ra đời từ hơn ngàn năm qua nhưng bài văn vẫn còn được truyền tụng, nhờ vào nội dung vô cùng sâu sắc, thâm áo và văn chương súc tích, lưu loát. Không những thế, đây còn là một áng văn rất được trân trọng trong chốn thiền môn, hầu như bất cứ ai khi mới bước chân vào con đường tu học cũng đều phải học thuộc nằm lòng.

Tuy khá ngắn gọn, nhưng tính hàm súc của văn chương đã cho phép bài văn nêu lên rất trọn vẹn chủ đề muốn nói. Bằng một cách diễn đạt gây nhiều xúc cảm thay vì là răn đe, quở trách, những lời khuyên dạy của Tổ sư thật gần gũi và thân thiết, khiến người nghe không khỏi rung động trong lòng.

Hơn thế nữa, cấu trúc văn từ cũng hết sức hoàn chỉnh, âm vận hài hoà, vừa đọc lên đã có thể cảm nhận được phần nào ý văn qua âm điệu. Quả thật là một áng văn trác tuyệt xưa nay ít có.

Với mong muốn giới thiệu cùng quý độc giả một bản văn hay trong văn chương Phật giáo, cũng là để nhắc nhở cho nhau nghe những lời răn dạy của bậc Tổ sư ngày trước, nên chúng tôi không nệ chỗ học kém cỏi, cố gắng chuyển dịch bản văn này sang tiếng Việt để nhiều người có thể dễ dàng tìm đọc.

Ngoài ra, chúng tôi cũng giới thiệu đôi nét về hành trạng của Tổ Quy Sơn - người đã sáng lập ra tông Quy Ngưỡng, một trong các tông phái quan trọng của Thiền Trung Hoa. Qua đó, chúng ta có thể hiểu thêm về giá trị và bối cảnh ra đời của tác phẩm.

Đồng thời, nhằm giúp cho những ai chưa quen thuộc lắm với chữ Hán cũng có thể sử dụng được phần nguyên tác để hiểu sâu hơn nội dung bản văn, chúng tôi cũng biên soạn thêm phần Tham khảo chữ Hán.

Do sở học có giới hạn, chúng tôi biết chắc sẽ không sao tránh khỏi ít nhiều sai sót khi thực hiện công việc này. Tuy nhiên, với tâm nguyện mong muốn cho hết thảy mọi người đều được lợi lạc nhờ nơi sự giáo hóa của chư Phật Tổ, chúng tôi mong rằng sẽ nhận được sự cảm thông và tha thứ, chỉ dạy từ các bậc tôn túc và quý độc giả xa gần.

Mùa Vu Lan, PL 2547

Trân trọng,

Nguyễn Minh Tiến

Chánh văn

Do nghiệp lực trói buộc mà có thân này, không khỏi bao điều khổ lụy. Thân thể từ cha mẹ sanh ra, vốn thật chỉ là giả hợp các duyên. Dù là nương nơi bốn đại mà tồn tại,[1] nhưng bốn đại ấy chẳng lúc nào là không xung khắc.[2]

Chuyện vô thường già chết không hề hẹn trước. Sớm còn tối mất, thoắt chốc[3] đã sang đời khác; như sương như móc, thoạt có thoạt không; như cây ven bờ vực, như dây leo vách giếng,[4] có chi bền chắc?

Niệm niệm nhanh chóng nối nhau, chỉ trong chớp mắt, trút hơi thở đã qua kiếp khác. Sao lại có thể yên lòng mà bỏ phí cuộc đời trôi qua vô ích?

Làm người xuất gia, chẳng thể dâng cho cha mẹ miếng ăn ngon ngọt, cho đến quyến thuộc cũng đều dứt bỏ. Không lo việc nước, cũng chẳng kế tục nghiệp nhà; xa lìa xóm giềng

---

[1] Bốn đại, chỉ cho bốn yếu tố đất, nước, gió lửa. Đất tượng trưng cho chất rắn, nước tượng trưng cho chất lỏng, gió tượng trưng cho sự chuyển động của các chất, và lửa tượng trưng cho năng lượng.

[2] Khi bốn đại hòa hợp nhau với một tỷ lệ cân đối, vật chất sẽ hiện hữu trong điều kiện tốt nhất. Tuy nhiên, điều này gần như không bao giờ xảy ra, vì mọi vật luôn chuyển dịch không ngừng, bốn đại luôn luôn tương khắc, làm cho sự vật phải biến đổi qua bốn giai đoạn nhất định là thành, trụ, hoại, diệt. Thân thể của con người là một dạng vật chất, nên cũng không thoát ra ngoài quy luật này.

[3] Nguyên văn dùng sát-na, nghĩa là một khoảng thời gian cực kỳ ngắn ngủi, theo các bản luận giải xưa là nhanh hơn cả chớp mắt.

[4] Cây ven bờ vực không biết đổ lúc nào, dây leo trên vách giếng cũng không có gì bám chắc. Thân người cũng mong manh bèo bọt như vậy, không có gì bền chắc.

thân tộc, xuống tóc theo thầy học đạo. Vậy nên trong lòng phải biết chuyên cần sớm tối công phu, ngoài học lấy đức hiền hòa không tranh chấp; xa lánh chốn thế tục mà một lòng cầu giải thoát.

Lẽ nào vừa được thọ giới phẩm liền tự xưng là bậc tỳ-kheo, ăn hạt cơm của tín thí thập phương chẳng chịu xét cho cùng do đâu mà có, chỉ nói bừa rằng việc ấy là lẽ đương nhiên.[1] Ăn xong dụm đầu trò chuyện huyên thuyên, cứ vậy chạy theo cái vui trong chốc lát, không biết rằng vui đó chính là nguyên nhân của khổ.

Lăn lóc bao đời theo thói tục, chưa từng nhìn lại chính mình. Thời gian năm tháng lần lữa luống qua, thọ nhận càng nhiều, lợi dưỡng càng lắm, chẳng lúc nào nghĩ đến việc dứt bỏ. Tích tụ ngày càng nhiều, chung quy cũng chỉ là nuôi giữ lấy xác thân phù phiếm.

Đấng Đạo sư[2] đã có lời khuyên răn khuyến khích, tỳ-kheo phải tiến lên trên đường đạo, chớ nên buông thả thân mình; chuyện ăn mặc ngủ nghỉ đừng bao giờ hưởng thụ cho đầy đủ. Người ta vốn phần đông tham đắm vào những chuyện ấy, chỉ quanh quẩn mãi thoát chốc đã hết đời. Vậy nên kẻ hậu học chưa hiểu sâu tông chỉ cần phải siêng năng cầu học với người đã biết. Sao lại toan nói rằng việc xuất gia quý cầu no cơm ấm áo?

Phật trước kia chế định giới luật, mở bày chỉ dạy người tăm tối; oai nghi phép tắc trong sạch như băng tuyết. Kẻ mới phát tâm nương theo đó mà ngăn chặn mọi điều sai phạm. Phép tắc tinh vi, dẹp bỏ hết những điều tồi tệ. Nơi truyền

---

[1] Chỉ những người xuất gia không đắn đo suy nghĩ việc thọ nhận của tín thí cúng dường, nói rằng lẽ tự nhiên người ta phải đến cúng.

[2] Tức là đức Phật Thích Ca, được tôn xưng là bậc đạo sư, người dẫn đường cho cả trời, người (thiên nhân chi đạo sư).

dạy giới luật chưa từng lạm được nương theo,[1] pháp rốt ráo thượng thừa làm sao hiểu thấu? Thật đáng tiếc thay, bỏ phí một đời trôi qua vô ích, sau dù hối tiếc cũng không còn kịp nữa. Lời Phật dạy không chịu ghi lòng tạc dạ, thì đạo nhiệm mầu không thể do đâu mà tỏ ngộ.

Cho đến khi tuổi tác về già, dù xuất gia trải đã nhiều năm mà trong tâm thật chẳng được gì. Vì chẳng chịu gần gũi học người hiền đức, chỉ biết ngông nghênh cao ngạo.

Chưa thông giới luật, chẳng biết tự chế phục mình. To tiếng nặng lời khoác lác huyênh hoang, chẳng biết kính nhường kẻ trên người dưới, so ra khác gì ngoại đạo? Đến bữa ăn khua bát ồn ào, ăn vội vàng đứng dậy đi trước. Đi ở không tuân phép tắc, chẳng ra dáng vẻ bậc xuất gia; đứng ngồi hoảng loạn, náo động tâm người khác. Phép tắc ít nhiều chẳng giữ, oai nghi lớn nhỏ đều không, chẳng dựa vào đâu để răn đe kẻ dưới, mà người mới nhập đạo nhìn vào cũng chẳng thấy có gì để noi theo học.

Như có ai vừa chỉ ra chỗ sai sót, liền bảo rằng: Như ta đây mới thật bậc ẩn tu! Chưa nghe làm theo lời Phật dạy, chỉ một lòng ôm giữ tánh tình thô thiển. Chỗ thấy biết như vậy, chung quy cũng là vì khi mới nhập đạo biếng nhác chẳng tinh cần, tham đắm thế tục, lần lữa qua ngày. Thấm thoát hết đời thành ra buông lung thô lỗ. Thoắt chốc đã già nua lụm cụm, gặp việc đành bế tắc. Người mới học đến thưa hỏi chẳng có chi để chỉ bày. Như có gượng nói ra cũng chỉ là sai kinh lệch nghĩa. Vậy mà có bị khinh chê, lại trách rằng hậu sinh vô lễ, rồi nổi trận lôi đình to tiếng với người.

Một mai nằm trên giường bệnh, khổ não đau đớn bức bách không kể xiết. Bấy giờ mới sớm tối lo sợ, tâm tưởng hoang

---

[1] Chỉ đến việc "ngũ hạ y sư, thập tịch tựu thính" (năm tuổi hạ theo thầy, mười trường giảng theo nghe). Người tu chưa hội đủ điều kiện này thì chưa thông giới luật, không dựa vào đâu mà thông đạt kinh luận, huống là hiểu rõ được pháp rốt ráo thượng thừa?

mang. Đường sắp tới u ám mê mờ chẳng biết về đâu! Trong lòng hối tiếc cũng không còn kịp nữa, như kẻ khát nước mới đi đào giếng, có ích lợi gì? Tự hận mình trước đã không sớm lo tu tập, để khi tuổi già chất chứa đầy tội lỗi. Cái chết gần kề trong thoáng chốc, hãi hùng khiếp sợ biết bao! Trút hơi thoát khỏi cuộc đời, như con chim bay xuyên qua dải lụa,[1] nghiệp lực dắt dẫn thần thức trôi lăn. Như người nhiều nợ lắm chủ theo đòi, ai mạnh được trước; tạo nghiệp đã nhiều, phải tùy theo chỗ nặng nề nhất mà thọ thân gánh chịu. Con quỷ vô thường luôn chực cướp đi sinh mạng của mình, chẳng lúc nào ngưng. Đời người hạn cuộc chẳng thể kéo dài, thời gian trôi qua không hề chờ đợi. Ba cõi luân hồi chưa thoát được ra thì cứ phải như thế mà mãi mãi thọ thân lưu chuyển.

Lạ lùng thương cảm biết bao! Trong lòng thương xót thống thiết, há có thể ngậm miệng không nói? Nên muốn nhắc nhở cảnh tỉnh cho nhau. Đáng buồn là chúng ta sanh ra cuối thời tượng pháp, cách Phật quá xa, Chánh pháp chẳng mấy ai am hiểu. Người đời đa phần đều giải đãi. Vì vậy lược nói ra đây đôi chút thấy biết hẹp hòi để khuyên răn những người hậu học. Nếu chẳng từ bỏ sự kiêu căng cao ngạo, nết cũ thật khó chuyển đổi!

Người đã xuất gia, cất bước vượt lên cao xa; tâm tánh, cốt cách khác người thế tục. Tiếp nối mà làm hưng thịnh đạo pháp, nhiếp phục hết thảy những thói hư tật xấu. Lấy việc ấy mà báo đáp bốn ơn, bạt khổ cứu nguy khắp trong ba cõi. Nếu không được vậy, chỉ là kẻ lạm mang hình tướng xuất gia, lời nói việc làm phóng túng lơ đễnh, uống nhận sự cúng dường của thập phương tín thí. Như người giậm chân tại chỗ, dù nhiều năm qua một tấc chẳng dời! Mơ màng thoát chốc qua hết một đời, chẳng biết nương vào đâu làm chỗ dựa!

---

[1] Trong kinh lấy ví dụ mạng sống như dải lụa bịt trên miệng bình, thần thức như con chim bị nhốt trong bình, lúc nào cũng chực bay ra. Khi dải lụa không còn chắc chắn, chim sẽ xuyên thủng mà bay ra ngay.

Huống chi, đường đường mang hình tướng của một vị tăng, dáng vẻ tốt đẹp, đều là quả báo có được nhờ căn lành gieo trồng từ thuở trước. Lẽ đâu lại khoanh tay ngồi yên để thời gian trôi qua không hối tiếc? Sự nghiệp nếu chẳng chuyên cần, dựa vào đâu mà mong thành đạo quả? Chẳng những một đời trôi qua vô ích, cho đến kiếp sau cũng chẳng được gì!

Quyết tâm rời bỏ mẹ cha, khoác áo nâu sòng là ý muốn vượt trên thế tục. Sớm tối khắc ghi việc ấy, lẽ đâu để luống ngày qua? Nguyện làm được bậc trụ cột trong Phật pháp, nêu gương hậu thế. Thường mong muốn như thế cũng chưa hẳn đã được ít nhiều như nguyện.

Mở miệng nói ra phải hợp kinh điển. Luận bàn phải dựa theo những gương sáng thuở xưa. Hình tướng oai nghi đĩnh đạc, tâm ý khí lực cao cả thanh thoát.

Đi xa phải có bạn hiền, thường giữ cho tai mắt được trong sạch. Trú ngụ phải chọn cùng người tốt, thường nghe những việc chưa nghe. Cho nên nói: "Sinh ta ra là cha mẹ, giúp ta thành người là bạn hữu." Được gần người hiền như đi giữa đám hơi sương, tuy không ướt áo nhưng lúc nào cũng được ẩm mát. Gần kẻ ác thì nuôi lớn thêm điều ác trong chỗ thấy biết; sớm tối làm việc ác liền phải chịu lấy quả báo trước mắt. Sau khi chết rồi phải chịu chìm đắm. Thân người một khi mất đi, muôn kiếp khó lòng được lại.

Lời nói thẳng trái tai, sao không khắc ghi vào tâm khảm? Theo đó liền có thể lắng sạch tâm trí, nuôi dưỡng đức hạnh, lui về chỗ vắng vẻ không còn hình tích danh tánh, giữ lòng chuyên chú trong sạch mà dứt hết sự ồn ào nhiễu loạn.

Như muốn tham thiền học đạo, vượt thẳng qua những pháp môn phương tiện, tâm phải hợp được với tôn chỉ huyền diệu, cứu xét chi ly chỗ tinh yếu, quyết định chọn lấy chỗ sâu xa, hiểu thấu cội nguồn chân thật. Rộng đường học hỏi với những người đi trước, gần gũi bạn hiền.

Cách tu này rất khó đạt đến chỗ kỳ diệu, nên phải khẩn thiết dụng tâm tinh tế, mới có thể do trong ấy mà tức thời hiểu được chỗ cốt yếu nhất, liền nương theo đó mà dần dần ra khỏi trần tục.

Như vậy tức là phá sạch hết hai mươi lăm cảnh có trong ba cõi.[1] Hết thảy các pháp trong ngoài đều rõ biết là không thật. Do tâm khởi hiện, tất cả đều là tên gọi không thật. Đừng để tâm bám víu nương đắm. Chỉ cần tình ý không nương đắm theo vật, thì vật làm sao ngăn ngại được người? Mặc cho muôn pháp chuyển xoay, không dứt bỏ cũng không nối tiếp.

Nghe biết âm thanh hình sắc, thảy đều là những chuyện bình thường; dù bên này hay bên kia, chỗ ứng dụng thảy đều đầy đủ.

Chỗ làm nếu được như thế, thật không uổng đã mặc áo xuất gia. Báo đáp được bốn ơn, bạt khổ cứu nguy khắp trong ba cõi. Như trong nhiều kiếp vẫn có thể không thối chí, thì quả Phật nhất định đạt tới. Đối với ba cõi không còn ràng buộc, chỉ như người khách đến đi, lúc hiện lúc ẩn đều có thể làm khuôn phép cho kẻ khác.

Tu theo phép học đạo tham thiền như vậy, quả là pháp môn huyền diệu hơn hết. Chỉ cần có đủ quyết tâm, pháp không sai dối.

Như với người ở mức bình thường, không thể nhất thời

---

[1] Hai mươi lăm cảnh có: Hai mươi lăm cách hiện hữu trong ba cõi của chúng sinh. Dục giới có 14 cách hiện hữu, gồm 4 châu thiên hạ, 4 đường ác thú và 6 cõi trời Dục thiên. Sắc giới có 7 cách hiện hữu, gồm 4 cõi Thiền thiên (từ Sơ thiền lên đến Tứ thiền), cõi trời Phạm vương, cõi trời Vô tưởng và cõi trời Ngũ tịnh cư. Vô Sắc giới có 4 cách hiện hữu là 4 cõi trời Không thiên. Cộng cả thảy là 25 cách hiện hữu, gọi là Hai mươi lăm cảnh có (Nhị thập ngũ hữu).

vượt thoát, thì nên hết sức chú tâm tìm tòi học hỏi giáo pháp. Thông thuộc kinh điển, nghiền ngẫm cứu xét nghĩa lý tinh tường, rồi truyền rộng ra khắp nơi, dẫn dắt người hậu học, báo đáp ơn đức Phật.

Thời gian trôi qua, chớ nên luống mất, phải nên lấy sự tu tập như trên mà làm chỗ dựa đời mình. Giữ lấy oai nghi, thành bậc pháp khí[1] giữa chúng tăng.

Chẳng thấy như dây leo kia, nhờ dựa vào thân cây tùng mà lên được đến tầng cao chót vót. Hãy chọn nhân lành cao trổi mà ký thác đời mình, mới có thể rộng làm lợi ích. Phải hết lòng tu tập, giữ gìn trai giới, đừng khinh thường mà giảm bớt hoặc bỏ qua. Đời đời kiếp kiếp về sau nhờ đó mà được hưởng quả phước rất nhiệm mầu.

Không nên nhàn nhã để phí ngày qua, biếng nhác bỏ đi thời khắc. Thời gian quý giá biết bao, sao chẳng cầu vươn tới? Uổng nhận của thập phương tín thí, lại phụ cả bốn ơn. Phiền lụy chất chứa càng nhiều, bụi trần khuất lấp tâm trí, đường tới thành ra ngăn lấp, người người đều khinh chê.

Người xưa nói: "Đã là trượng phu, ai ai cũng có thể làm nên việc." Không nên tự hạ thấp mình mà nhụt tâm, thối chí. Nếu không được như vậy, thật uổng công xuất gia, thoát chốc qua hết một đời không chút ích lợi.

Thành khẩn cầu mong các vị đều bừng cao chí khí quyết liệt, mở rộng hoài bão khác người. Mỗi mỗi việc làm đều noi gương những bậc cao thượng, chẳng buông thả theo kẻ thấp hèn.

Chỉ một đời này quyết tu hành chứng đạo, tự mình lo liệu chẳng dựa vào ai. Ngăn dứt vọng niệm, cắt đứt muôn duyên, không còn chạy theo trần cảnh. Tâm không cảnh lặng, chỉ vì ngăn ngại đã lâu nên chẳng suốt thông.

---

[1] Pháp khí: người có thể làm hưng thịnh cho đạo pháp.

Hãy đọc kỹ bài văn này, luôn luôn tỉnh giác gắng tu. Mạnh mẽ tự chủ lấy mình, đừng buông thả theo thói thường. Nghiệp quả dẫn dắt người đi thật khó lòng trốn tránh, như âm thanh thế nào tiếng vọng thế ấy, hình thể có ngay thì bóng soi mới thẳng. Nhân quả rõ ràng như thế, lẽ nào không lo sợ?

Vì vậy trong kinh nói rằng: *"Dù việc làm đã trải qua trăm ngàn kiếp, nghiệp quả không thể mất. Khi nhân duyên đã hội đủ rồi, quả báo phải tự nhận lấy."* Vậy nên biết rằng, hình phạt trong ba cõi luôn bám theo mà giết hại người, phải nỗ lực chuyên cần tu tập, đừng bỏ phí ngày qua.

Bởi hiểu thấu được sự nguy hại của tội lỗi, nên mới khuyên nhau tu tập hành trì. Nguyện sao trong trăm ngàn kiếp, dù sinh ra ở đâu cũng được cùng nhau làm bạn đồng tu.

Có bài tụng để khuyên răn rằng:

Thân hư huyễn trong mộng,
Hình sắc giữa chốn không.
Việc đã qua không cùng,
Việc về sau ai biết?

Sanh đây, thác về kia,
Chìm nổi, lăn lóc khổ.
Chưa thoát ngoài ba cõi,
Sao có thể nghỉ yên?

Tham luyến chốn thế gian,
Năm uẩn[1] duyên hợp thành.
Sanh ra mãi đến già,
Rốt không được gì cả!

---

[1] Năm uẩn: Sắc, thọ, tưởng, hành, thức.

Gốc rễ tự vô minh,
Từ đó phải mê lầm.
Ngày tháng luống trôi qua,
Thời khắc không lường được.

Một đời này uổng phí,
Qua đời khác chẳng thông.
Tiếp nối mãi mê lầm,
Đều do sáu tên giặc.[1]

Lăn lóc giữa sáu đường,[2]
Loanh quanh trong ba cõi.
Sớm cầu bậc minh sư,
Gần gũi người đức hạnh.

Thân tâm khéo chọn lựa,
Quét hết bao gai góc.
Đời nổi trôi phù phiếm,
Sao để duyên thúc bức?

Phải xét cùng pháp lý,
Quyết chứng ngộ đạo mầu.
Tâm cảnh đều mất sạch,
Không nhớ, không tưởng đến.

Sáu căn tùy tự nhiên,
Đi ở đều vắng lặng.
Vọng tâm không sanh khởi,
Muôn pháp tự dứt lìa.

---

[1] Sáu tên giặc: Lục tặc, chỉ cho sáu căn vì duyên theo sáu trần mà khởi sanh vọng niệm.

[2] Sáu đường: Lục đạo, tức là các cảnh giới khác nhau của hàng trời, người, a-tu-la, địa ngục, ngạ quỷ và súc sanh.

Viết sau khi dịch

Bản dịch này tôi viết xong đã nhiều năm nay, từng đưa cho nhiều vị tôn túc xem qua, đều nói là rõ ràng, dễ hiểu. Tuy nhiên, bản thân tôi mỗi lần đọc lại vẫn thấy một khoảng cách nhất định giữa bản dịch và nguyên tác. Cho dù đã cố gắng hết sức mình, tôi vẫn không sao hài lòng được với việc đã làm.

Tuy nhiên, điều làm tôi cảm thấy phần nào được an ủi là, đây không phải trường hợp duy nhất đối với các bản văn hay bằng chữ Hán. Còn nhớ cách đây gần hai mươi năm, bài thơ Hoa cúc của thiền sư Huyền Quang cũng đã từng làm tôi suy nghĩ mãi, vì không sao dịch hết được ý thơ trong nguyên tác. Chỉ riêng một câu *"Phần hương độc tọa tự vong ưu"* (焚香獨坐自忘憂) đã là một thách thức gần như không thể vượt qua! Thế rồi, nhiều năm sau, được đọc các bản dịch của những bậc tiền bối lão thành, uyên bác... tôi mới vỡ lẽ ra là, ngay cả các vị cũng không xóa bỏ được khoảng cách giữa bản dịch và nguyên tác. Và tôi còn nhận ra một điều: Nguyên tác càng hay thì khoảng cách này dường như càng lớn!

Tính hàm súc của văn chương chữ Hán gần như không thể phủ nhận được, nhất là với những bản văn hay. Việc chuyển dịch rõ ràng là có những giới hạn nhất định rất khó lòng vượt qua. Vì thế, để thật sự có thể cảm nhận được cái hay của nguyên tác, quả thật không gì bằng đọc hiểu được trực tiếp từ chữ Hán. Theo lời cha tôi kể lại, những người xuất gia ngày trước buộc phải đọc hiểu được và học thuộc lòng bản văn này bằng chữ Hán. Đây cũng là một trong những lý do khiến cho ít người nghĩ đến việc dịch sang tiếng Việt.

Ngày nay có khác. Lớp trẻ bây giờ không mấy người đọc được chữ Hán. Vì thế, việc chuyển dịch sang tiếng Việt có lẽ là cách tốt nhất để giới thiệu bản văn hay này đến với nhiều người. Cho dù có những hạn chế nhất định như đã nói, nhưng tâm huyết của người xưa cũng có thể nhờ đó mà không đến nỗi phải mai một.

Tuy nhiên, để bù đắp phần nào cho những thiếu sót khi chuyển dịch, việc diễn giải thêm một vài ý chính có lẽ cũng là một việc nên làm.

Nhân quả và vô thường

Nhân quả là một trong những nguyên lý cơ bản quan trọng nhất trong Phật pháp. Khổ não đời này tất yếu là do nghiệp lực từ đời trước. Vì thế mà có thân là có khổ, bởi thân này vốn do nghiệp lực sinh ra, chịu sự chi phối, dắt dẫn của nghiệp lực. Nghiệp đã buộc nơi thân, vấn đề không phải là làm sao tránh né, mà là phải đối mặt và vượt qua như thế nào.

Soi rọi vào bản chất thật sự của thân này, mới hay rằng bốn đại vốn đều không thật. Có người cho rằng quan niệm về "bốn đại" của thời xa xưa nay không còn đúng nữa. Thật ra, về mặt nguyên lý thì vấn đề vẫn không có gì thay đổi cả. Tính giả hợp của bốn đại, hay tính giả hợp của các nguyên tử, phân tử, tế bào... vẫn là như nhau, có khác chăng chỉ là tên gọi cho phù hợp với sự hiểu biết về vật chất của mỗi giai đoạn. Còn tính triết lý hàm chứa trong quan niệm này quả thật không thay đổi, vẫn luôn đúng đắn. Nghĩ mà xem, rõ ràng là chúng ta không thể, và cũng sẽ không bao giờ có thể tìm được một "cái ta thật có" trong những yếu tố giả hợp đó, cho dù có gọi đó là "bốn đại", hay "phân tử", hay "tế bào"... gì gì đi nữa. Sự giả hợp của chúng để tạo thành xác thân vật chất này là một sự gá mượn hoàn toàn nơi các nhân duyên. Nhân duyên đầy đủ thì hội tụ, nhân duyên hết thì tan rã...

Dù muốn hay không ta cũng chẳng thể nào làm chủ được sự tồn vong của xác thân này.

Trong rất nhiều kinh Phật, tính không thật của "thân tứ đại" này luôn được nhắc đến như một thực tế cần ghi nhớ. Tuy nhiên, cái nguyên lý "tứ đại giai không" vốn dĩ rất ít người thật sự cảm nhận được, mà cái "có thật" của thân này thì không ai là không biết. Cái gọi là "có thật" đó, chính là những khổ lụy mà mỗi người chúng ta đều phải gánh chịu ngay từ thuở lọt lòng. Những khổ lụy ấy, nhìn xa là do nơi nghiệp lực, mà nhìn gần thì chính là do bởi sự "xung khắc" thường xuyên của các yếu tố cấu thành thân này. Bởi vậy, có thân là có khổ! Điều này thật sâu sắc biết bao! Ở đây lời văn chỉ gợi nhắc chỗ cốt tủy để mở đầu cho những ý hướng khác, nếu đi sâu vào phân tích lý nhân duyên, nghiệp quả thì còn biết bao nhiêu điều để nói!

Tuy là cội nguồn của khổ lụy, nhưng thân này lại chẳng lấy gì làm bền chắc. Dù muốn dù không, chúng ta hầu như cũng hoàn toàn không thể đảm bảo được sự tồn tại của nó, dù là chỉ trong thoáng chốc. Bởi vậy, kinh Tứ thập nhị chương dạy rằng, mạng người còn mất chỉ trong hơi thở. Sớm còn, tối mất, mỏng manh "như sương như móc", "như cây ven bờ vực, như dây leo vách giếng"... Quả là những hình ảnh so sánh rất rõ ràng minh bạch. Mạng người đã thế, có chi là bền chắc?

Trong thực tế quanh ta, chuyện sống chết cũng không ít trường hợp diễn ra hoàn toàn không báo trước. Hôm nay gặp nhau, ngày mai không còn nữa. Vừa mới chuyện trò vui vẻ cùng nhau, phút chốc đã nghe tin dữ... Những chuyện như thế, quả thật không lạ lùng gì đối với bất cứ ai. Tuy nhiên, điều lạ lùng nhất là rất ít người thường xuyên nghĩ đến, nhớ đến thực tế ấy! Nếu người ta luôn nhớ đến điều này, cuộc sống hẳn đã tốt đẹp hơn nhiều lắm, bởi chẳng mấy ai lại còn có hứng thú để lao vào những cuộc tranh chấp hơn thua, gây gỗ cùng nhau khi biết rằng cuộc sống quý giá này vốn rất mong manh, ngắn ngủi. Tính chất vô thường hóa ra lại là một cái gì đó "rất thường" mà không mấy người chịu để tâm suy ngẫm.

Nêu lên lý nhân quả, sự giả hợp của các duyên và tính cách tạm bợ của đời sống, bài văn đã phác thảo được một tiền đề quan trọng cần thiết cho những ý tưởng sách tấn sẽ được trình bày nối tiếp theo sau.

Chí hướng xuất gia

Cuộc sống đã mong manh ngắn ngủi, sự nghiệp một đời biết dựa vào đâu để gọi là đại sự? Bởi vậy, người có đủ trí tuệ và ý chí không thể không chọn con đường xuất thế. Nếu không được vậy, thật là *"bỏ phí cuộc đời trôi qua vô ích"* vậy.

Nhưng đại nghiệp xuất thế không phải một sớm một chiều đã có thể làm nên. Huống chi có được xác thân này vốn là nhờ ơn sinh thành dưỡng dục của mẹ cha như trời biển, lại thêm sự dạy dỗ, nâng đỡ của thầy cô, bạn hữu... cho đến sự bảo bọc, cậy nhờ nơi xóm giềng, xã hội... Đã vậy, nếu không biết nghĩ đến phần trách nhiệm của mình đối với tất cả, thì dẫu chuyện nhỏ cũng chưa thể gọi là thành tựu, huống hồ là đại sự!

Nhưng đây vốn là tâm niệm rất dễ mắc phải của người xuất gia! Một khi lập chí xuất trần, thường xem nhẹ hết thảy những gì thuộc về thế tục. Vấn đề thật ra không đúng là như vậy. Dù quả thật đã không còn có thể *"dâng cho cha mẹ miếng ăn ngon ngọt"*, cũng *"không lo việc nước"*, *"chẳng kế tục nghiệp nhà"*... nhưng những điều đó hoàn toàn không có nghĩa rằng người xuất gia là rũ bỏ mọi bổn phận, trách nhiệm làm người. Sự khác biệt ở đây là cần phải dốc chí *"làm nên đại sự"* như một phương tiện để báo đáp công ơn của những ai đã từng thương yêu, bảo bọc cho mình. Bởi vậy, người xuất gia phải canh cánh bên lòng trách nhiệm nặng nề là phải vượt lên trên mọi chuyện tầm thường thế tục mà một lòng cầu đạo giải thoát.

Những điều nên tránh

Tuy rằng tâm nguyện, ý chí của người xuất gia là to lớn khôn cùng, nhưng nếu không khéo nghiêm trì giới luật, vâng theo lời giáo huấn của Bổn sư thì thật rất dễ lầm đường lạc lối. Trong văn này, Tổ sư nêu lên những ý chung, mà khi xét lỗi riêng đời nay không ít người mắc phải.

Lỗi đầu tiên dễ mắc phải nhất là sự tự mãn, kiêu căng. Người xuất gia vừa thọ Đại giới xong, oai nghi hình tướng đầy đủ thì ai ai cũng đều cung kính, trân trọng, cho đến những bậc quyền thế của thế gian cũng quỳ lạy lễ bái. Nhiều người không biết rằng sự cung kính đó bước đầu vốn dĩ có được chỉ là nhờ nơi hình tướng tăng sĩ, còn oai nghi đức hạnh thật sự của mỗi người là việc không phải tự nhiên có được. Vì không phân biệt được chỗ khác biệt này, nên thay vì chuyên cần tu tập, tinh chuyên giới luật để xứng đáng với cương vị bậc xuất gia, lại sanh tâm kiêu mạn tự cho rằng mình đã có được oai đức hơn người. Nghĩ như thế nên xem việc thập phương tín thí cúng dường chu cấp vật thực cho mình chỉ là chuyện đương nhiên phải vậy! Tâm đã kiêu mạn như thế nên không thể theo con đường khổ hạnh tinh chuyên, chỉ biết sống buông thả theo vật dục, theo những tình cảm thế tục thông thường không khác, quên mất rằng những điều ấy thảy đều là nguyên nhân chuốc lấy khổ não về sau!

Nếu biết nhớ lại chí hướng lúc xuất gia, nhớ lại những trách nhiệm nặng nề khi bước chân vào con đường xuất thế, thì chẳng thể nào lơ là buông thả được. Phật dạy rằng, người xuất gia lấy đạo nghiệp thay cho sự nghiệp của thế tục, phải biết tự thân tiến mãi không ngừng trên đường tu tập. Bởi vậy luôn phải ghi nhớ trong lòng câu "tam thường bất túc", *"chuyện ăn mặc, ngủ nghỉ đừng bao giờ hưởng thụ đầy đủ".* Nếu chỉ biết mong cầu *"no cơm ấm áo"* thì thật là uổng phí cả một đời, cho dù có sớm kinh tối kệ thì rốt cùng cũng chẳng có được chút ích lợi gì.

Chỗ nương dựa trước tiên của người xuất gia nhất thiết phải là giới luật. Trước khi Phật nhập Niết-bàn cũng đã ân cần dặn dò hàng đệ tử về sau phải lấy giới luật làm thầy, xem đó như Phật còn tại thế. Thật đáng tiếc có những người tự cho mình là lợi căn thượng trí, chỉ muốn nghiên tầm những nghĩa lý sâu xa mà không chú trọng đến việc tinh chuyên giới luật. Đây là một sai lầm rất lớn mà bất cứ ai khi đã mắc vào đều khó lòng tăng tiến trên đường tu tập. Bởi vì giới luật vốn dĩ là cái nền móng chắc chắn nhất định phải có để thực hành bất cứ pháp môn nào.

Chỉ riêng một việc không nghiêm trì giới luật là gốc của muôn ngàn lỗi lầm sai trái khác. Tự thân chẳng giữ được phép tắc oai nghi, trí huệ cũng không do đâu mà sinh khởi; chẳng những đã không có chút lợi lạc cho riêng mình, lại còn gây cản trở việc tu tập của mọi người chung quanh. Một mai tuổi cao tác lớn, thành bậc lão thành trong tăng chúng nhưng lại chẳng có gì để cho kẻ hậu học noi theo. Có ai đến hỏi nghĩa lý sâu mầu trong kinh điển cũng chẳng biết lấy gì mà giảng giải. Hơn thế nữa, vì tâm kiêu mạn chưa được dứt trừ, nên không thể tự thấy biết lỗi mình, thường đem tâm sân hận mà đáp lại với người muốn giúp mình sửa lỗi. Những sai lầm này, tuy là đối với mỗi người đều có chỗ khác biệt tinh tế, nhưng tựu trung cũng không ngoài những điều mà Tổ sư đã nêu ra trong văn này.

Điều quan trọng được nhấn mạnh ở đây không phải là sự so sánh hơn thua cùng người khác, mà là tính chất khẩn thiết, nhanh chóng của cuộc sống vô thường ngắn ngủi này.

Thoắt chốc đời sống đã qua đi, thọ mạng không còn, cái khổ già nua, bệnh hoạn lại có thể ập đến tưởng như trong chớp mắt. Một khi lìa bỏ kiếp này, vốn liếng một đời chẳng có gì để mang theo, liền chịu sự dắt dẫn của nghiệp lực mà trôi lăn vào ác đạo.

Những việc nên làm

Vì thế, một khi đã quyết chí xuất gia, không sợ thân mình nhiều lỗi, chỉ sợ nết cũ khó chừa. Dù có bao nhiêu thói hư tật xấu mà chịu một lòng nghiêm trì giới luật, học hỏi chuyên cần, thì chẳng lo gì ngày một tinh tấn hơn. Bởi Phật chế giới luật vốn dĩ là vì người có lỗi, không phải dành cho các bậc thánh tịnh hạnh. Chỉ cần một lòng tin tưởng giữ theo, cho dù người có nhiều tật xấu đến đâu rồi cũng dần dần sẽ được trở nên oai nghi thanh tịnh.

Người xuất gia phải xem việc cúng dường của thập phương tín thí như món nợ lớn. Một lòng cầu đạo giải thoát thì không lo gì nợ kia không trả hết; nhưng nếu lơ là giải đãi, quyết chẳng tránh đâu được có ngày phải trả lại đủ cho người từng hạt gạo, cọng rau đã từng thọ nhận.

Tự mình có đủ nhân duyên để đứng vào hàng tăng chúng vốn đã là một phước báu phải tích lũy từ nhiều đời nhiều kiếp, không phải ai cũng dễ dàng có được. Vì vậy mà người xuất gia phải ngày đêm ghi nhớ mục đích đã đề ra cho cả một đời mình, phải rèn luyện cho mình thành bậc pháp khí trụ cột trong đạo pháp. Có như vậy mới không uổng đi chí nguyện ban đầu.

Việc tu tập tuy là phải nương theo sự dẫn dắt của bổn sư, nhưng được gần gũi với những người bạn tốt cũng là điều lợi lạc vô cùng to lớn. Bởi vậy mà so sánh như người *"đi giữa đám hơi sương, tuy không ướt áo nhưng lúc nào cũng được* ẩm mát". Với sự dẫn dắt của bậc minh sư, nếu được thêm những bạn đồng tu khéo biết cùng nhau sách tấn thì việc tiến tới trên đường đạo có thể nói là không khó lắm. Người tục nói: "Chọn bạn mà chơi", cũng không ngoài ý này.

Người bạn hiền thường hay nói thẳng, vì muốn giúp điều tốt cho mình. Vì thế, phải biết tự răn mình, biết nhận nghe những lời can gián, phê phán từ người khác. Nếu chỉ muốn được nghe toàn những lời ngon ngọt êm tai, thì việc sa đọa chắc chắn không bao lâu sẽ đến mà thôi.

Thiền học và giáo học

Người xuất gia nếu có đủ quyết tâm và trí tuệ, có thể chọn theo con đường thẳng tắt của Thiền môn. Đây là con đường cực kỳ khó khăn, nhưng cũng là con đường có thể giúp người tu nhanh chóng thẳng đến bờ giải thoát, vì thế mà nói là *"vượt thẳng qua những pháp môn phương tiện"*.

Điều quan trọng cần nói ở đây là, người tu nhất thiết phải hết sức tỉnh táo trong việc tự biết lấy mình. Phải có đủ năng lực, trí tuệ và ý chí quyết tâm trong việc cầu đạo. Chuyên cần nỗ lực trong công phu hành trì, hiểu sâu được tông chỉ, ý thú của Thiền đạo thì mới có thể đi đúng đường mà đạt đến chỗ giải thoát. Bằng như tự cho mình là bậc thượng căn thượng trí nhưng thật ra lại không đủ sức để vượt thẳng đến cội nguồn, thì việc lầm đường lạc lối rất dễ xảy ra.

Thử hình dung như một người quyết chí muốn qua sông, tự lượng biết sức mình rồi mới lao xuống dòng nước để bơi thẳng qua mà chẳng cần nhờ cậy đến thuyền bè. Nếu quả là người trí lực đầy đủ, tất nhiên sẽ rút ngắn được thời gian mà điểm đến cũng không khác chi người đi thuyền. Tuy nhiên, nếu không lượng đúng sức mình thì rõ ràng là bờ kia chẳng bao giờ đến được.

Người tu thiền tự dựa vào sức mình, cầu đạo giải thoát

bằng phương tiện thẳng tắt cũng giống như người bơi qua sông kia vậy.

Bằng như tự biết sức mình không thể bơi thẳng qua sông, thì tốt hơn nên nhờ đến thuyền bè, đến người đưa đò... Bằng cách này dù có chậm chạp hơn, nhưng nếu đã quyết tâm thì chắc chắn cũng sẽ có ngày đến được bờ bên kia.

Vì thế, việc tu thiền xưa nay vẫn được thừa nhận là pháp môn tối thượng, huyền diệu hơn hết, nhưng không phải ai cũng có đủ khả năng để nương theo.

Đối với những người không đủ trí lực để nương theo Thiền đạo, nên chọn lấy việc chuyên cần học hỏi, hành trì theo giáo pháp. Theo con đường này cần phải hiểu rõ tông chỉ, nắm vững nghĩa lý trong kinh giáo và theo đó mà rộng truyền giáo hóa cho người khác. Nhờ nương theo việc giáo hóa mà tự mình cũng được phần lợi ích tăng tiến. Như vậy gọi là "tự giác, giác tha". Cũng lấy việc tự mình tu tập và giáo hóa người khác mà làm phương tiện báo đền ơn đức Phật.

Khuyến tu

Việc đại sự của người xuất gia, những gì nên làm, những gì nên tránh, đến đây đều đã nêu rõ. Nắm hiểu được như vậy rồi thì chỉ còn một việc là tự thân mỗi người phải cố gắng quyết chí tu tập hành trì. Ý chí đó phải được xác lập từ lúc xuất gia và không ngừng vun bồi, củng cố qua năm tháng. Có như thế mới mong thành tựu được ý nguyện ban đầu. Bằng không được vậy, thời gian nhanh chóng trôi qua thì hết một đời cũng không thể hé mở được cánh cửa giải thoát.

Như dây leo nương thân cây cao mà lên được tầng cao chót vót, người xuất gia phải biết vững niềm tin nơi Tam bảo, ký thác cả đời mình nương theo Chánh pháp, nhờ đó mới có thể được phần lợi ích cho mình cũng như rộng làm lợi ích cho bao nhiêu người khác. Nếu không gấp rút lo việc tu tập, chẳng những một đời này mất phần lợi lạc mà nhiều kiếp về sau cũng phải chìm đắm trôi lăn trong khổ não.

Được sinh làm người, chỉ cần có quyết tâm thì đạo giải thoát dù khó khăn cũng không phải là không thực hiện được. Nếu người khác đã có thể đạt đến, thì mình cũng nên lập chí tựu thành. Không nên tự hạ thấp mình mà nhụt tâm, thối chí.

Kết ý

Tổ sư viết bài văn này, lời lẽ khẩn thiết, chân thành, nêu việc lỗi để răn dạy, nói điều hay để khuyến khích. Bởi vậy đọc qua có thể cảm nhận được ngay tấm lòng từ bi vô lượng của người, rộng vì tất cả đồ chúng và hàng hậu học chúng ta mà khuyên dạy. Dù thời gian năm tháng nối tiếp trôi qua, mà giờ đây đọc lại văn này vẫn thấy trong lòng đầy cảm xúc. Nếu không phải nguyện lực của bậc Bồ Tát độ sinh, hẳn không thể viết ra bài văn kiệt xuất này được.

Tiếc rằng những kẻ hậu học đời nay, nhiều người quên mất chí hướng xuất trần. Lắm khi mang hình tướng của một vị tăng mà chỗ học, chỗ hành không khác chi người thế tục. Một khi đọc đến văn này, chẳng lấy làm xấu hổ lắm sao? Mong rằng nhờ sức từ bi nhiếp độ của Tổ sư, hết thảy những ai đã lầm đường lạc lối, khi xem đến bản văn này đều sẽ tự mình thức tỉnh mà phấn chấn sửa mình, chuyên cần tu tập, nhanh chóng vượt lên bến bờ giải thoát, chỗ lợi ích cho mình cho người đều nhờ đó mà được thành tựu viên mãn.

Hành trạng
Tổ Quy Sơn Linh Hựu

Tổ sư sinh năm 771, vốn người họ Triệu, quê ở Trường Khê, Phúc Châu. Ngài xuất gia năm 15 tuổi, theo thầy là Pháp Thường ở chùa Kiến Thiện. Năm 20 tuổi thọ giới Cụ túc tại chùa Long Hưng thuộc Hàng Châu, pháp hiệu là Linh Hựu.

Từ khi xuất gia, ngài chuyên cần học tập kinh điển của cả Đại thừa và Tiểu thừa. Năm 23 tuổi đến Giang Tây tham bái Tổ Bách Trượng. Tổ Bách Trượng vừa gặp ngài đã biết ngay là bậc pháp khí, liền thu nhận làm đệ tử, cho được sớm tối kề cận để tham học.

Một hôm, ngài đang đứng hầu Tổ Bách Trượng. Tổ hỏi: "Ai đó?" Ngài đáp: "Con là Linh Hựu." Tổ nói: "Ông khơi trong bếp xem có lửa hay không?" Ngài đến khơi trong bếp thấy đã tắt hết, bèn nói là không có lửa. Tổ sư thân tới bên bếp lửa, bới sâu trong tro lấy ra được chút than còn đỏ, đưa lên mà hỏi rằng: "Ông nói không có lửa, vậy đây là cái gì?" Ngài nhân lúc đó bừng tỉnh ngộ, lễ tạ thầy trình chỗ sở kiến.

Tổ Bách Trượng nói: "Đây chỉ là chỗ rẽ tạm thời trên đường đi. Trong kinh nói: Muốn hiểu nghĩa Phật tánh phải xem nơi thời tiết nhân duyên. Một khi thời tiết đến, như mê chợt ngộ, như quên chợt nhớ, mới biết ra đó là vật của mình, không phải do bên ngoài mà có được. Vì thế, Tổ sư nói rằng: Ngộ rồi cũng như chưa ngộ, không có tâm cũng không có pháp, chính là không các tâm hư vọng, tâm phàm, tâm thánh... Từ xưa nay tâm pháp vốn tự đầy đủ, nay ông đã được rồi, phải khéo tự giữ gìn."

Sau, ngài được Tổ Bách Trượng cho giữ chức Điển tòa.

○ ○ ○

Bấy giờ có Tư Mã Đầu Đà là một vị thiền sư du phương. Một hôm từ Hồ Nam đến chỗ Tổ Bách Trượng, nói rằng: "Tôi đến xứ Hồ Nam tìm được một ngọn núi tên là Đại Quy,[1] là nơi có thể dung chứa đến 1.500 người, chính là chỗ dành cho bậc thiện tri thức cư ngụ."

Tổ Bách Trượng hỏi: "Lão tăng này đến đó ở được chăng?"

Tư Mã Đầu Đà đáp: "Không phải chỗ Hòa thượng ở được."

Lại hỏi: "Vì sao vậy?"

Tư Mã Đầu Đà nói: "Hòa thượng như xương, núi kia như thịt, nếu có đến ở thì đồ chúng không tới số ngàn."

Tổ Bách Trượng lại hỏi: "Như trong đồ chúng của ta, có ai được chăng?"

Tư Mã Đầu Đà đáp: "Phải đợi xem qua mới biết."

Tổ Bách Trượng liền bảo thị giả gọi vị Thủ tòa là thiền sư Hoa Lâm đến, hỏi Tư Mã Đầu Đà rằng: "Người này được chăng?"

Tư Mã Đầu Đà quan sát, bảo Hoa Lâm đằng hắng một tiếng và bước đi mấy bước, rồi nói: "Không thể được."

Tổ Bách Trượng lại cho gọi ngài - tổ Quy Sơn - đến. Tư Mã Đầu Đà vừa nhìn thấy liền nói: "Vị này chính là chủ nhân của Quy Sơn rồi."

Đêm ấy, Tổ Bách Trượng gọi ngài vào trong phòng, dặn dò rằng: "Ta tùy duyên giảng pháp nơi đây, còn chỗ thắng cảnh Quy Sơn là nơi ông nên đến ở để tiếp nối tông môn của ta mà rộng độ cho những người hậu học."

---

[1] Tức là ngọn Quy Sơn.

Thiền sư Hoa Lâm nghe biết chuyện, thưa hỏi: "Con nay là người đứng đầu trong chúng, sao vị Điển tòa lại được làm trụ trì?"

Tổ Bách Trượng nói: "Nếu ai có thể đối trước chúng nói ra một câu xuất cách sẽ cho làm trụ trì."

Rồi chỉ cái tịnh bình mà hỏi: "Không được gọi là tịnh bình, ông gọi là gì?"

Hoa Lâm nói: "Không thể gọi là cây lủng."

Tổ Bách Trượng lại hỏi ngài. Ngài đá cái tịnh bình ngã nhào rồi đi ra. Tổ Bách Trượng cười nói: "Ông đệ nhất tòa thua mất hòn núi này rồi." Liền sai ngài đến Quy Sơn.

○ ○ ○

Quy Sơn là ngọn núi cao chót vót, không có bóng người, vượn khỉ tụ tập thành bầy. Ngài nhặt những trái sung, trái dẻ mà làm thức ăn. Được chừng năm bảy năm qua, chẳng có ai lui tới. Ngài tự nghĩ: "Ta đến đây làm trụ trì là muốn làm lợi ích cho người. Nay đường xá đến đây chẳng được, làm sao có người tụ họp?" Liền rời khỏi am thất mà tìm xuống núi. Ra đến cửa núi, thấy những rắn độc, hổ báo, lang sói chặn đầy ngang đường. Ngài nói: "Này các giống thú, đừng chặn đường đi của ta. Như ta có duyên với núi này, các ngươi hãy đi nơi khác. Như ta không có duyên với núi này, các ngươi không cần đi, ta theo đường mà đến cho các người ăn thịt vậy."

Nói xong, tất cả các giống thú dữ ấy liền tứ tán đi mất hết. Ngài lại quay về am thất. Chưa được một năm sau, thượng tọa Lại An cùng với một số tăng chúng từ chỗ ngài Bách Trượng tìm đến mà trợ giúp với ngài. Lại An nói: "Tôi xin vì Hòa thượng mà làm chức Điển tòa, đợi tăng chúng được 500 vị mới thôi."

Từ đó về sau, dân cư dưới núi mới dần dần biết đến, lập nên cảnh chùa. Liên soái Lý Cảnh Nhượng có tâu lên vua xin ban hiệu chùa là Đồng Khánh. Tướng quốc Bùi Hưu cũng thường đến thưa hỏi những chỗ sâu xa huyền diệu. Người trong thiên hạ đến học thiền ngày càng đông đúc. Trong những vị đắc pháp có thiền sư Ngưỡng Sơn Huệ Tịch là bậc cao trổi, nên người đời tôn xưng tông này là tông Quy Ngưỡng.

Ngài rộng truyền giáo pháp được hơn 40 năm. Vào niên hiệu Đại Trung thứ 7 đời nhà Đường,[1] ngày mồng 9 tháng Giêng, ngài tắm gội sạch sẽ rồi ngồi an nhiên vui vẻ mà thị tịch, thọ 83 tuổi, trải 64 tuổi hạ. Vua ban thụy hiệu là Đại Viên Thiền sư, dựng tháp thờ tại Quy Sơn, đặt tên tháp là Thanh Tịnh. Vì thế, pháp hiệu của ngài là Linh Hựu nhưng người đời thường tôn kính gọi là Quy Sơn Đại Viên Thiền sư.

Bài văn cảnh sách do ngài làm ra được truyền tụng khắp chốn thiền môn, trải qua nhiều đời sau vẫn còn được trân trọng.

---

[1] Tức là năm 853.

Nguyên bản Hán văn

溈山大圓禪師警策文

夫業繫受身。未免形累。禀父母之遺體。假眾緣而共成。雖乃四大扶持。常相違背。

無常老病不與人期。朝存夕亡。剎那異世。譬如春霜。曉露。倏忽即無。岸樹。井藤。豈能長久。

念念迅速。一剎那間。轉息即是來生。何乃晏然空過。

父母不供甘旨。六親固以棄離。不能安國治邦。家業頓捐繼嗣。緬離鄉黨。剃髮禀師。內勤克念之功。外弘不諍之德。迥脫塵世。冀期出離。

何乃纔登戒品。便言我是比丘。檀越所須。喫用常住。不解忖思來處。謂言法爾合供。喫了聚頭喧喧。但說人間雜話。然則一期趁樂。不知樂是苦因。

曩刧徇塵。未嘗返省。時光淹沒。歲月蹉跎。受用殷繁。施利濃厚。動經年載。不擬棄離。積聚滋多。保持幻質。

導師有敕。戒勗比丘。進道嚴身。三常不足。人多於此。躭味不休。日往月來。颯然白首。後學未聞旨趣。應須博問先知。將謂出家貴求衣食。

佛先制律。啓創發蒙。軌則威儀。淨如氷雪。止持作犯。束斂初心。微細條章。革諸猥弊。毘尼法席。曾未操陪。了義上乘。豈能甄別。可惜一生空過。後悔難追。教理未嘗措懷。玄道無因契悟。

及至年高臘長。空腹高心。不肯親附良朋。惟知倨傲。未諳法律。戢斂全無。或大語高聲。出言無度。不敬上中下座。婆羅門聚會無殊。椀鉢作聲。食畢先起。去就乖角。僧體全無。起坐忩諸。動他心念。不存些些軌則。小小威儀。將何束斂後昆。新學無因倣傚。

纔相覺察。便言我是山僧。未聞佛教行持。一向情存粗糙。如斯知見。蓋爲初心慵惰。饕餮因循。荏苒人間遂成疎野。不覺躘踵老朽。觸事面牆。後學咨詢。無言接引。縱有談說。不涉典章。或被輕言。便責後生無禮。瞋心忿起言語該人。

一朝臥疾在牀。眾苦縈纏逼迫。曉夕思忖。心裏恛惶。前路茫茫。未知何往。從茲始知悔過。臨渴掘井奚爲。自恨蚤不預修。年晚多諸過咎。臨行揮霍。怕怖慞惶。穀穿雀飛。識心隨業。如人負債。強者先牽。心緒多端。重處偏墜。無常殺鬼念念不停。命不可延。時不可待。人天三有應未免之。如是受身非論劫數。

感傷歎訝。哀哉切心。豈可緘言。遞相警策。所恨同生像季。去聖時遙。佛法生疎。人多懈怠。畧伸管見。以曉後來。若不捐矜。誠難輪逭。

夫出家者。發足超方。心形異俗。紹隆聖種。震懾魔軍。用報四恩。拔濟三有。若不如此。濫厠僧倫。言行荒疎。虛霑信施。昔年行處寸步不移。恍惚一生。將何憑恃。

況乃堂堂僧相。容貌可觀。皆是宿植善根。感斯異報。便擬端然拱手。不貴寸陰。事業不勤。功果無因克就。豈可一生空過。抑亦來業無裨。

辭親決志披緇。意欲等超何所。曉夕思忖。豈可遷延過時。心期佛法棟梁。用作後來龜鏡。常以如此。未能少分相應。

出言須涉於典章。談說乃傍於稽古。形儀挺特。意氣高閒。

遠行要假良朋。數數清於耳目。佃住止必須擇伴。時時聞於未聞。故云。生我者父母。成我者朋友。親附善者。如霧露中行。雖不濕衣。時時有潤。

狎習惡者。長惡知見。曉夕造惡。即目交報。歿後沉淪。一失人身萬劫不復。

忠言逆耳。豈不銘心者哉。便能澡心育德。晦跡韜名。蘊素精神。喧囂止絕。

若欲參禪學道。頓超方便之門。心契玄津。研機精要。決擇深奧。啟悟真源。博問先知。親近善友。此宗難得其妙。切須仔細用心。可中頓悟正因。便是出塵階漸。

此則破三界二十五有。內外諸法盡知不實。從心變起悉是假名。不用將心湊泊。但情不附物。物豈礙人。任他法性周流。莫斷莫續。聞聲見色蓋是尋常。這邊那邊應用不闕。

如斯行止。實不枉披法服。亦乃酬報四恩。拔濟三有。生生若能不退。佛階決定可期。往來三界之賓。出沒爲他作則。

此之一學最妙最玄。但辨肯心。必不相賺。

若有中流之士。未能頓超。且於教法留心。溫尋貝葉。精搜義理。傳唱敷揚。接引後來。報佛恩德。

時光亦不虛棄。必須以此扶持。住止威儀。便是僧中法器。

豈不見倚松之葛。上聳千尋。附託勝因。方能廣益。懇修齋戒。莫謾虧踰。世世生生殊妙因果。

Quy Sơn cảnh sách

不可等閒過日。兀兀度時。可惜光陰不求升進。徒消十方信施。亦乃孤負四恩。積累轉深。心塵易壅。觸途成滯。人所輕欺。

古云。彼既丈夫。我亦爾。不應自輕而退屈。若不如此。徒在緇門。荏苒一生殊無所益。

伏望興決烈之志。開特達之懷。舉措看他上流。莫擅隨於庸鄙。

今生便須決斷。想料不由別人。息意忘緣。不與諸塵作對。心空境寂。只為久滯不通。

熟覽斯文。時時警策。強作主宰。莫徇人情。業果所牽。誠難逃避。聲和響順。形直影端。人果歷然。豈無憂懼。

故經云。假使百千劫所作業不亡。因緣會遇時。果報還自受。故知三界刑罰。縈絆殺人。努力勤修。莫空過日。

深知過患。方乃相勸行持。願百劫千生。處處同為法侶。

乃爲銘曰。

幻身夢宅。
空中物色。
前際無窮。
後際寧尅。

出此沒彼。
升沉疲極。
未免三輪。
何時休息。

貪戀世間。
陰緣成質。
從生至老。
一無所得。

根本無明。
因茲被惑。
光陰可惜。
刹那不測。

今生空過。
來世窒塞。

從迷至迷。
皆因六賊。

六道往還。
三界匍匐。
早訪明師。
親近高德。

決擇身心。
去其荊棘。
世自浮虛。
眾緣豈逼。

研窮法理。
以悟爲則。
心境俱捐。
莫記莫憶。

六根怡然。
行住寂默。
一心不生。
萬法俱息。

Phần dịch âm

Quy Sơn Đại Viên Thiền sư cảnh sách văn

Phù nghiệp hệ thọ thân, vị miễn hình lụy. Bẩm phụ mẫu chi di thể, giả chúng duyên nhi cộng thành. Tuy nãi tứ đại phù trì, thường tương vi bội.

Vô thường lão bệnh bất dữ nhân kỳ. Triêu tồn tịch vong, sát-na dị thế. Thí như xuân sương, hiểu lộ, thúc hốt tức vô; ngạn thọ, tỉnh đằng, khởi năng trường cửu!

Niệm niệm tấn tốc, nhất sát-na gian, chuyển tức tức thị lai sanh. Hà nãi yến nhiên không quá?

Phụ mẫu bất cung cam chỉ, lục thân cố dĩ khí ly. Bất năng an quốc trị bang, gia nghiệp đốn quyên kế tự. Miến ly hương đảng, thế phát bẩm sư. Nội cần khắc niệm chi công, ngoại hoằng bất tranh chi đức, huýnh thoát trần thế, kí kỳ xuất ly.

Hà nãi tài đăng giới phẩm, tiện ngôn ngã thị tỳ-kheo? Đàn việt sở tu, khiết dụng thường trú, bất giải thốn tư lai xứ, vị ngôn pháp nhĩ hiệp cúng. Khiết liễu tụ đầu huyên huyên, đãn thuyết nhân gian tạp thoại. Nhiên tắc nhất kỳ sấn lạc, bất tri lạc thị khổ nhân!

Nẵng kiếp tuần trần, vị thường phản tỉnh. Thời quang yểm một, tuế nguyệt sa đà, thọ dụng ân phồn, thí lợi nùng hậu, động kinh niên tải bất nghĩ khí ly. Tích tụ tư đa bảo trì huyễn chất.

Đạo sư hữu sắc, giới húc tỳ-kheo, tiến đạo nghiêm thân tam thường bất túc. Nhân đa ư thử đam vị bất hưu, nhật vãng nguyệt lai, táp nhiên bạch thủ. Hậu học vị văn chỉ thú, ưng tu bác vấn tiên tri, tương vị xuất gia quý cầu y thực.

Phật tiên chế luật, khải sáng phát mông; quỹ tắc uy nghi tịnh như băng tuyết. Chỉ trì tác phạm, thúc liễm sơ tâm, vi tế điều chương cách chư ổi tệ. Tỳ ni pháp tịch tằng vị thao bồi, liễu nghĩa thượng thừa khởi năng chân biệt? Khả tích nhất sanh không quá, hậu hối nan truy. Giáo lý vị thường thố hoài, huyền đạo vô nhân khế ngộ!

Cập chí niên cao lạp trưởng, không phúc cao tâm, bất khẳng thân phụ lương bằng, duy trì cứ ngạo. Vị am pháp luật, tập liễm toàn vô. Hoặc đại ngữ cao thanh, xuất ngôn vô độ. Bất kính thượng trung hạ tọa, bà-la-môn tụ hội vô thù. Oản bát tác thanh, thực tất tiên khởi. Khứ tựu quai giác, tăng thể toàn vô; khởi tọa chung chư, động tha tâm niệm. Bất tồn ta ta quỹ tắc, tiểu tiểu uy nghi, tương hà thúc liễm hậu côn, tân học vô nhân phỏng hiệu.

Tài tương giác sát, tiện ngôn ngã thị sơn tăng. Vị văn Phật giáo hành trì, nhất hướng tình tồn thô tháo. Như tư tri kiến cái vị sơ tâm dung đọa, thao thiết nhân tuần, nhẩm nhiễm nhân gian, toại thành sơ dã. Bất giác lủng chủng lão hủ, xúc sự diện tường. Hậu học tư tuân vô ngôn tiếp dẫn. Túng hữu đàm thuyết bất thiệp điển chương. Hoặc bị khinh ngôn, tiện trách hậu sinh vô lễ, sân tâm phẫn khởi ngôn ngữ cai nhân.

Nhất triêu ngọa tật tại sàng, chúng khổ oanh triền bức bách, hiểu tịch tư thốn, tâm lý hồi hoàng. Tiền lộ mang mang vị tri hà vãng. Tùng tư thỉ tri hối quá, lâm khát quật tỉnh hề vi! Tự hận tảo bất dự tu, niên vãn đa chư quá cữu. Lâm hành huy hoắc, phạ bố chương hoàng. Hộc xuyên tước phi, thức tâm tùy nghiệp. Như nhân phụ trái, cường giả tiên khiên, tâm tự đa đoan, trọng xứ thiên trụy. Vô thường sát quỷ niệm niệm bất đình, mạng bất khả diên, thời bất khả đãi. Nhân thiên tam hữu ưng vị miễn chi, như thị thọ thân phi luận kiếp số.

Cảm thương thán nhạ, ai tai thiết tâm, khởi khả giam ngôn, đệ tương cảnh sách. Sở hận đồng sanh tượng quý, khứ thánh thời diêu, Phật pháp sanh sơ, nhân đa giải đãi, lược thân quản kiến dĩ hiểu hậu lai. Nhược bất quyên căng, thành nan luân hoán.

Phù xuất gia giả, phát túc siêu phương, tâm hình dị tục. Thiệu long thánh chủng, chấn nhiếp ma quân. Dụng báo tứ ân, bạt tế tam hữu. Nhược bất như thử, lạm xí tăng luân, ngôn hạnh hoang sơ, hư triêm tín thí. Tích niên hành xứ thốn bộ bất di, hoảng hốt nhất sanh tương hà bằng thị.

Huống nãi đường đường tăng tướng, dung mạo khả quan, giai thị túc thực thiện căn cảm tư dị báo. Tiện nghĩ đoan nhiên củng thủ, bất quý thốn âm. Sự nghiệp bất cần, công quả vô nhân khắc tựu. Khởi khả nhất sanh không quá, ức diệc lai nghiệp vô tì.

Từ thân quyết chí phi tri, ý dục đẳng siêu hà sở. Hiểu tịch tư thốn, khởi khả thiên diên quá thời. Tâm kỳ Phật pháp đống lương, dụng tác hậu lai quy cảnh. Thường dĩ như thử, vị năng thiểu phần tương ưng.

Xuất ngôn tu thiệp ư điển chương, đàm thuyết nãi bạng ư kê cổ. Hình nghi đĩnh đặc, ý khí cao nhàn.

Viễn hành yếu giả lương bằng, sác sác thanh ư nhĩ mục. Trú chỉ tất tu trạch bạn, thời thời văn ư vị văn. Cố vân: Sanh ngã giả phụ mẫu, thành ngã giả bằng hữu. Thân phụ thiện giả, như vụ lộ trung hành, tuy bất thấp y thời thời hữu nhuận.

Hiệp tập ác giả, trưởng ác tri kiến, hiểu tịch tạo ác, tức mục giao báo. Một hậu trầm luân, nhất thất nhân thân vạn kiếp bất phục!

Trung ngôn nghịch nhĩ, khởi bất minh tâm giả tai? Tiện năng tháo tâm dục đức, hối tích thao danh. Uẩn tố tinh thần, huyên hiêu chỉ tuyệt.

Nhược dục tham thiền học đạo, đốn siêu phương tiện chi môn, tâm khế huyền tân, nghiên cơ tinh yếu. Quyết trạch thâm áo, khải ngộ chân nguyên, bác vấn tiên tri, thân cận thiện hữu.

Thử tông nan đắc kỳ diệu, thiết tu tử tế dụng tâm, khả trung đốn ngộ chánh nhân, tiện thị xuất trần giai tiệm.

Thử tắc phá tam giới nhị thập ngũ hữu, nội ngoại chư pháp tận tri bất thật, tùng tâm biến khởi tất thị giả danh. Bất dụng tương tâm tấu bạc, dãn tình bất phụ vật, vật khởi ngại nhân. Nhậm tha pháp tính châu lưu, mạc đoạn mạc tục. Văn thanh kiến sắc cái thị tầm thường, giá biên na biên ứng dụng bất khuyết.

Như tư hành chỉ, thật bất uổng phi pháp phục, diệc nãi thù báo tứ ân, bạt tế tam hữu. Sanh sanh nhược năng bất thối, Phật giai quyết định khả kỳ. Văng lai tam giới chi tân, xuất một vị tha tác tắc.

Thử chi nhất học tối diệu tối huyền. Đãn biện khẳng tâm, tất bất tương trám.

Nhược hữu trung lưu chi sĩ, vị năng đốn siêu. Thả ư giáo pháp lưu tâm, ôn tầm bối diệp, tinh sưu nghĩa lý, truyền xướng phu dương, tiếp dẫn hậu lai báo Phật ân đức.

Thời quang diệc bất hư khí, tất tu dĩ thử phù trì. Trú chỉ uy nghi, tiện thị tăng trung pháp khí.

Khởi bất kiến ỷ tùng chi cát, thướng tủng thiên tầm; phụ thác thắng nhân, phương năng quảng ích. Khẩn tu trai giới, mạc mạn khuy du. Thế thế sanh sanh thù diệu nhân quả.

Bất khả đẳng nhàn quá nhật, ngột ngột độ thời, khả tích quang âm bất cầu thăng tiến. Đồ tiêu thập phương tín thí, diệc nãi cô phụ tứ ân. Tích lụy chuyển thâm, tâm trần dị ủng. Xúc đồ thành trệ, nhân sở khinh khi.

Cổ vân: Bỉ ký trượng phu, ngã diệc nhĩ. Bất ưng tự khinh nhi thối khuất. Nhược bất như thử, đồ tại tri môn, nhẫm nhiễm nhất sanh, thù vô sở ích.

Phục vọng hưng quyết liệt chi chí, khai đặc đạt chi hoài. Cử thố khán tha thượng lưu, mạc thiện tùy ư dung bỉ.

Kim sanh tiện tu quyết đoán, tưởng liệu bất do biệt nhân. Tức ý vong duyên, bất dữ chư trần tác đối. Tâm không cảnh tịch, chỉ vị cửu trệ bất thông.

Thục lãm tư văn, thời thời cảnh sách. Cường tác chủ tể, mạc tuần nhân tình. Nghiệp quả sở khiên, thành nan đào tỵ. Thanh hòa hưởng thuận, hình trực ảnh đoan. Nhân quả lịch nhiên, khởi vô ưu cụ.

Cố kinh vân: Giả sử bá thiên kiếp sở tác nghiệp bất vong. Nhân duyên hội ngộ thời, quả báo hoàn tự thọ. Cố tri tam giới hình phạt, oanh bán sát nhân, nỗ lực cần tu, mạc không quá nhật.

Thâm tri quá hoạn, phương nãi tương khuyến hành trì. Nguyện bá kiếp thiên sanh, xứ xứ đồng vi pháp lữ.

Nãi vi minh viết:

> *Huyễn thân mộng trạch*
> *Không trung vật sắc.*
> *Tiền tế vô cùng,*
> *Hậu tế ninh khắc?*

> *Xuất thử một bỉ,*
> *Thăng trầm bì cực.*
> *Vị miễn tam luân,*
> *Hà thời hưu tức?*

> *Tham luyến thế gian,*
> *Ấm duyên thành chất,*
> *Tùng sanh chí lão,*
> *Nhất vô sở đắc.*

> *Căn bản vô minh,*
> *Nhân tư bị hoặc.*
> *Quang âm khả tích,*
> *Sát-na bất trắc.*

Kim sanh không quá,
Lai thế trất tắc.
Tùng mê chí mê,
Giai nhân lục tặc.
Lục đạo vãng hoàn,
Tam giới bồ bặc.
Tảo phóng minh sư,
Thân cận cao đức.

Quyết trạch thân tâm,
Khứ kỳ kinh cức.
Thế tự phù hư,
Chúng duyên khởi bức.

Nghiên cùng pháp lý,
Dĩ ngộ vi tắc.
Tâm cảnh câu quyên,
Mạc ký mạc ức.

Lục căn di nhiên,
Hành trú tịch mặc.
Nhất tâm bất sanh,
Vạn pháp câu tức.

Tham khảo chữ Hán

Chúng tôi biên soạn phần tham khảo này nhằm giúp quý độc giả nào chưa từng học qua chữ Hán có thể sử dụng để dễ dàng làm quen với nguyên tác. Nếu tham khảo phần này, hoặc dùng để học, sẽ có thể đọc trực tiếp được toàn văn bằng chữ Hán.

Các chữ được sắp xếp theo thứ tự từ dễ đến khó để tiện cho việc học, và được giải nghĩa giới hạn theo nghĩa dùng trong các bài văn mà thôi.

一 **nhất** → số một, đứng đầu, như 一刹那間 *nhất sát-na gian* (trong khoảng thời gian một sát-na)

七 **thất** → số bảy, đứng thứ bảy, như 七者尊重己靈 *thất giả tôn trọng kỷ linh* (thứ bảy là tôn trọng tự tánh linh giác)

乃 **nãi** → là, lại... tiếng trợ từ dùng để đặt câu, như 何乃 *hà nãi...* (sao lại...), 雖乃 *tuy nãi...* (dù là, tuy là...), 乃至 *nãi chí...* (cho đến như...)

九 **cửu** → số chín, đứng thứ chín, như 九者求生淨土 *cửu giả cầu sinh Tịnh độ* (thứ chín là cầu sinh về Tịnh độ)

了 **liễu** → hiểu biết, hiểu rõ, như 了義上乘 *liễu nghĩa thượng thừa* (hiểu rõ được ý nghĩa của pháp môn rốt ráo cao nhất)

二 **nhị** → số hai, dùng trong số đếm, như 二十五有 *nhị thập ngũ hữu* (hai mươi lăm cảnh giới hiện hữu)

人 **nhân** → người, con người, người ta, như 人所輕欺 *nhân sở khinh khi* (người ta đều khinh chê)

入 **nhập** → vào, đi vào, thể nhập vào, như 嘗聞入道要門 *thường văn nhập đạo yếu môn...* (thường nghe rằng cửa ngõ quan trọng vào Đạo...)

八 **bát** → số tám, đứng thứ tám, như 相有其八 *tướng hữu kỳ bát* (hình tướng có tám loại)

刀 **đao** → con dao, lưỡi đao, như 登刀山 *đăng đao sơn* (lên núi đao)

力 **lực** → sức lực, sức mạnh, như 努力 *nỗ lực* (gắng sức)

十 **thập** → số mười, như 十方 *thập phương* (mười phương)

又 **hựu** → cũng như, lại nữa, lần nữa, như 又不貪欲樂果報 *hựu bất tham dục lạc quả báo* (cũng không tham dục lạc, quả báo)

丈 **trượng** → người, được dùng với ý tôn xưng, kính trọng, như 老丈 *lão trượng* (cụ già), 丈夫 *trượng phu* (đấng nam nhi)

三 **tam** → số ba, thứ ba, như 三常不足 *tam thường bất túc* (ba việc thường không đầy đủ - nghĩa là ba chuyện ăn, mặc và ngủ nghỉ)

上 **thượng** → trên, phía trên, cao trổi hơn hết, như 上乘 *thượng thừa* (pháp cao trổi hơn hết)

下 **hạ** → dưới, phía dưới, thấp kém hơn hết, như 不敬上中下座 *bất kính thượng trung hạ tọa* (không cung kính người trên kẻ dưới)

久 **cửu** → lâu xa, như 長久 *trường cửu* (lâu dài), 久滯 *cửu trệ* (sự ngăn ngại đã lâu)

也 **dã** → trợ từ cuối câu: vậy, thế... như 不可緩也 *bất khả hoãn dã* (không thể trì hoãn vậy)

亡 **vong** → mất đi, như 假使百千劫所作業不亡 *giả sử bá thiên kiếp sở tác nghiệp bất vong* (giá như có những điều đã làm trong trăm ngàn kiếp, nghiệp quả cũng không mất đi)

兀 **ngột** → mơ hồ, không hiểu rõ, như 兀兀度時 *ngột ngột độ thời* (mơ hồ để thời gian trôi qua)

凡 **phàm** → nói chung, thông thường, phàm tục, như 凡類皆然 *phàm loại giai nhiên* (muôn loài đều như vậy, 凡夫 *phàm phu* (người phàm tục)

千 **thiên** → một ngàn, như 百千劫 *bá thiên kiếp* (trăm ngàn kiếp)

口 **khẩu** → cái miệng, cũng chỉ miếng ăn, lời nói, như 身口所費 *thân khẩu sở phí* (những sự tiêu dùng cho thân và miệng, tức là chuyện ăn mặc), 生不能養其口體 *sanh bất năng dưỡng kỳ khẩu thể* (lúc sống không thể nuôi dưỡng)

土 **độ** → đất, vùng đất, cõi nước, như 淨土 *Tịnh độ* (cõi nước thanh tịnh, chỉ thế giới Cực Lạc ở Tây phương), 在此土修行 *tại thử độ tu hành* (tu hành ở cõi nước ấy)

士 **sĩ** → người thuộc một giai cấp, hạng loại nào, như 儒士 *nho sĩ* (người học đạo Nho), 中流之士 *trung lưu chi sĩ* (người thuộc hạng trung bình)

夕 **tịch** → chiều tối, như 朝存夕亡 *triêu tồn tịch vong* (sớm còn tối mất)

大 **đại** → lớn, quan trọng, như 四大 *tứ đại* (bốn yếu tố quan trọng), 大人 *đại nhân* (tiếng tôn xưng người quan trọng)

女 **nữ** → người nữ, đàn bà, con gái, như 淨信男女等 *tịnh tín nam nữ đẳng* (những kẻ nam người nữ có lòng tin thanh tịnh)

子 **tử** → con trai, con cái nói chung, như 昔為其子 *tích vi kỳ tử* (trước đây là con của người ấy), 濫稱釋子 *Thích tử* (con của Phật, chỉ người xuất gia mang họ Thích)

寸 **thốn** → tấc (một phần mười thước), hoặc chỉ khoảng cách rất ngắn, như 寸步不移 *thốn bộ bất di* (bước ngắn cũng chẳng dời đi)

小 **tiểu** → nhỏ bé, nhỏ nhặt, như 小小威儀 *tiểu tiểu oai nghi* (oai nghi nhỏ nhặt)

尸 **thi** → từ dùng phiên âm chữ *śīla* trong Phạn ngữ thành *thi-la* (尸羅), nghĩa là giới luật.

山 **sơn** → núi, như 山僧 *sơn tăng* (vị tăng tu ở núi, nghĩa là ẩn tu)

己 **kỷ** → tự thân, của mình, như 無益於己 *vô ích ư kỷ* (chẳng ích gì cho chính mình), 尊重己靈 *tôn trọng kỷ linh* (tôn trọng tánh linh giác của mình)

已 **dĩ** → đã qua, qua rồi, như 佛已滅度 *Phật dĩ diệt độ* (đức Phật đã diệt độ rồi), 既已出家 *ký dĩ xuất gia* (đã xuất gia rồi)

才 **tài** → vừa mới, như 才得成人 *tài đắc thành nhân* (vừa mới được thành người)

不 **bất** → không, dùng để phủ định, như 不敬 *bất kính* (không cung kính)

中 **trung** → ở giữa, khoảng giữa, như 霧露中行 *vụ lộ trung hành* (đi giữa đám hơi sương)

之 **chi** → tiếng nối các danh từ để chỉ nghĩa sở hữu, thuộc về, như 父母之遺體 *phụ mẫu chi di thể* (thân thể của cha mẹ truyền lại cho), 不諍之德 *bất tranh chi đức* (cái đức không tranh chấp)

云 **vân** → nói rằng, như 古云 *cổ vân* (người xưa nói rằng), 經云 *kinh vân* (trong kinh dạy rằng)

互 **hỗ** → lẫn nhau, qua lại thay thế cho nhau, như 世世生生，互為父母 *thế thế sanh sanh hỗ vi phụ mẫu* (đời đời kiếp kiếp thay thế làm cha mẹ của nhau)

五 **ngũ** → số năm, dùng trong số đếm, như 二十五 *nhị thập ngũ* (hai mươi lăm)

井 **đán** → cái giếng nước, như 井藤 *tỉnh đằng* (dây bò miệng giếng) 掘井 *quật tỉnh* (đào giếng)

仇 **cừu** → cừu địch, kẻ oán thù, như 昔日寇仇 *tích nhật khấu cừu* (ngày trước là giặc cướp oán thù)

今 **kim** → bây giờ, lúc này, như 今生 *kim sanh* (trong đời này), 今日 *kim nhật* (ngày nay)

仍 **nhưng** → như cũ, không thay đổi, như 仍舊癡迷 *nhưng cựu si mê* (vẫn si mê như cũ)

內, 内 **nội, nạp** → bên trong, như 內濁外清 *nội trược ngoại thanh* (bên trong nhơ nhớp, bên ngoài [ra vẻ] trong sạch), bên trong, trong lòng, như 國内 *quốc nội* (trong nước), 內勤克念之功 *nội cần khắc niệm chi công* (trong lòng lấy việc chuyên cần khắc phục tâm tưởng làm công phu)

六 **lục** → số sáu, như 皆因六賊 *giai nhân lục tặc* (đều do nơi sáu tên giặc)

分 **phân** → thành phần, phần trong tổng số, như 少分相應 *thiểu phần tương ưng* (có ít phần phù hợp theo)

切 **thiết** → khẩn thiết, quyết lòng, như 切須仔細用心 *thiết tu tử tế dụng tâm* (khẩn thiết dụng tâm tinh tế)

勿 **vật** → không nên, đừng, như 勿畏難而退怯 *vật úy nan nhi thối khiếp* (đừng sợ khó khăn mà thối thất)

化 **hóa** → hóa độ, giáo hóa, như 上求佛道下化眾生 *thượng cầu Phật đạo, hạ hóa chúng sanh* (trên cầu Phật đạo, dưới hóa độ chúng sinh)

升 **thăng** → lên cao, tiến lên, như 不求升進 *bất cầu thăng tiến* (không cầu được tiến bộ)

及 **cập** → đến, tới, như 由表及裡 *do biểu cập lý* (từ ngoài đến trong), 及至 *cập chí* (cho đến khi)

友 **hữu** → bạn bè, như 成我者朋友 *thành ngã giả bằng hữu* (giúp ta nên người là bằng hữu)

天 **thiên** → trời, như 人天三有 *nhân thiên tam hữu* (ba cõi trời người)

夫 **phu** → **1.** người đàn ông, như 丈夫 *trượng phu* (đấng nam nhi); **2. phù** → từ dẫn nhập vào câu, như 夫出家者 *phù xuất gia giả* (phàm là người xuất gia)

少 **thiểu** → ít, thiếu, như 少分 *thiểu phần* (có ít phần)

尤 **vưu** → càng hơn, hơn nữa, như 懈怠尤苦 *giải đãi vưu khổ* (lười nhác càng khổ hơn), 尤為痛惜 *vưu vi thống tích* (càng đau xót đáng tiếc hơn)

幻 **ảo** → hư huyễn, không thật, như 幻身夢宅 *huyễn thân mộng trạch* (thân hư huyễn trong căn nhà mộng)

引 **dẫn** → dắt dẫn, đưa đi, như 接引 *tiếp dẫn* (đón tiếp dẫn đường đi)

心 **tâm** → tâm tư, tình cảm, tấm lòng... như 瞋心 *sân tâm* (lòng nóng giận)

戶 **hộ** → hộ, căn nhà, như 彼則華門蓬戶，擾擾終身 *bỉ tắc tất môn bồng hộ* (người khác thì nhà tranh vách lá)

手 **thủ** → tay, như 拱手 *củng thủ* (khoanh tay)

文 **văn** → văn chương, bài văn, như 熟覽斯文 *thục lãm tư văn* (đọc kỹ bài văn này)

方 **phương** → **1.** phương hướng, như 十方 *thập phương* (mười phương), **2.** trợ từ, mới ... như 方乃相勸 *phương nãi tương khuyến* (mới khuyên bảo lẫn nhau) **3.** phương thế, cách thức, như 方便 *phương tiện* (phương cách thuận tiện)

日 **nhật** → ngày, như 不可等閒過日 *bất khả đẳng nhàn quá nhật* (không thể nhàn nhã để ngày trôi qua)

曰 **viết** → nói rằng, viết rằng như 孔子曰 *Khổng tử viết* (Khổng tử nói rằng), 乃爲銘曰 *nãi vị minh viết* (nên có bài tụng rằng)

月 **nguyệt** → tháng, như 歲月 *tuế nguyệt* (năm tháng), 日往月來 *nhật vãng nguyệt lai* (ngày qua tháng lại, ý nói thời gian nhanh chóng trôi qua)

止 **chỉ** → dừng lại, như 止絕 *chỉ tuyệt* (dừng lại dứt sạch)

比 **tỉ** → trong danh từ 比丘 *tỷ-kheo*, phiên âm tiếng Phạn là bhikṣu, để chỉ người xuất gia đã thọ giới Cụ túc, có người đọc là tỉ-khâu hay tỉ-khưu.

毛 **mao** → lông, như 披毛帶角 *phi mao đái giác* (mang lông đội sừng, chỉ các loài cầm thú)

水 **thủy** → nước, thức uống, như 一餐一水 *nhất xan nhất thủy* (miếng cơm ngụm nước)

火 **hỏa** → lửa, như 猛火城中 *mãnh hỏa thành trung* (trong thành lửa dữ)

父 **phụ** → cha, như 父母 *phụ mẫu* (cha mẹ)

片 **phiến** → chốc lát, giây lát, như 片刻 *phiến khắc* (trong chốc lát, thoáng chốc)

王 **vương** → vua, đứng đầu, như 諸善中王 *chư thiện trung vương* (đứng đầu trong các pháp lành)

且 **thả** → hãy (làm điều gì), như 且於教法留心 *thả ư giáo pháp lưu tâm* (hãy để tâm vào giáo pháp)

世 **thế** → đời, kiếp, như 異世 *dị thế* (đời khác), 塵世 *trần thế* (cõi trần)

丘 **khâu** → trong danh từ 比丘 *tỷ-kheo*, đúng ra chữ này đọc là khâu hay khưu trong các nghĩa khác, nhưng do thói quen ta vẫn đọc chữ này là kheo trong cụm từ tỳ-kheo để chỉ người xuất gia đã thọ giới Cụ túc (phiên âm theo tiếng Phạn là bhikṣu). Vì thế có một số người cũng đọc danh từ này là tỉ-khâu hay tỉ-khưu.

主 **chủ** → người làm chủ, đứng đầu, như 主人 *chủ nhân* (người chủ), 主宰 *chủ tể* (chúa tể, đứng đầu)

乎 **hồ** → trợ từ dùng cuối câu hỏi, như 忘失尚爾，況未發乎 *vong thất thượng nhĩ, huống vị phát hồ?* (quên mất còn như vậy, huống là chưa phát tâm?)

仔 **tử** → kỹ càng, thận trọng, như 仔細 *tử tế* (kỹ lưỡng tinh tế)

他 **tha** → (người hay vật) khác 動他心念 *động tha tâm niệm* (xao động tâm niệm người khác), 他人 *tha nhân* (người khác)

仞 **nhận** → đơn vị đo lường, bằng 8 thước xưa, như 萬仞之山 *vạn nhận chi sơn* (núi cao muôn nhận, nghĩa là rất cao)

代 **đại** → thay thế, đại diện, như 欲代我苦 *dục đại ngã khổ* (muốn thay ta chịu khổ)

令 **linh** → làm cho, khiến cho, như 今令相續 *kim linh tương tục* (nay khiến cho tiếp tục)

以 **dĩ** → lấy đó, dùng đó, như 常以如此 *thường dĩ như thử* (thường lấy như thế), 以毒治毒 *dĩ độc trị độc* (lấy độc trị độc)

出 **xuất** → ra khỏi, hiện ra, sinh ra, như 出家 *xuất gia* (ra khỏi gia đình, nghĩa là đi tu), 出此沒彼 *xuất thử một bỉ* (sinh ra chỗ này, mất đi chỗ kia)

功 **công** → công sức, công phu, như 克念之功 *khắc niệm chi công* (công phu khắc chế tâm ý)

加 **gia** → nhiều hơn, thêm, như 不加愛重 *bất gia ái trọng* (chẳng thêm phần thương yêu quý trọng)

包 **bao** → bao bọc, bao gói, như 十月包藏 *thập nguyệt bao tàng* (mười tháng bao bọc chất chứa)

去 **khứ** → **1.** trừ bỏ đi, như 去其荊棘 *khứ kỳ kinh cức* (trừ bỏ hết những gai góc ấy) **2.** đi, đến, như 去就 *khứ tựu* (đi khỏi, tựu đến) **3.** đã qua, cách xa như 去年 *khứ niên* (năm ngoái) 去聖時遙 *khứ thánh thời diêu* (cách thời đức Phật đã lâu xa)

古 **cổ** → chuyện xưa, người xưa, như 稽古 *kê cổ* (xét các chuyện xưa), 古云 *cổ vân* (người xưa nói rằng)

叨 **thao** → lạm được, dùng với ý khiêm tốn, tự cho mình là không xứng đáng, như 叨在知己 *thao tại tri kỷ* (lạm được làm người tri kỷ), 叨陪 *thao bồi* (lạm được nương theo)

只 **chỉ** → chỉ... mà thôi, được dùng để nhấn mạnh, như 只會說不會做 *chỉ hội thuyết bất hội tố* (chỉ biết nói mà không biết làm), 只為久滯不通 *chỉ vi cửu trệ bất thông* (chỉ là ngăn ngại lâu ngày không thông suốt)

叫 **khiếu** → kêu, gọi, như 忍聽叫嘷之慘 *nhẫn thính khiếu hào chi thảm* (chịu đựng nghe tiếng kêu khóc thảm thiết)

可 **khả** → có thể, có khả năng, như 容貌可觀 *dung mạo khả quan* (hình dung dáng vẻ có thể xem được, nghĩa là đẹp đẽ dễ coi)

四 **tứ** → số bốn, như 四大 *tứ đại* (bốn chất quan trọng)

外 **ngoại** → bên ngoài, như 外弘不諍之德 *ngoại hoằng bất tranh chi đức* (bên ngoài mở rộng cái đức không tranh chấp)

失 **thất** → mất đi, như 一失人身萬劫不復 *nhất thất nhân thân vạn kiếp bất phục* (một khi mất đi thân người thì vạn kiếp không được lại)

尼 **ni** → chữ dùng phiên âm trong nhiều danh từ, như 毘尼 *Tỳ-ni* (phiên âm tiếng Phạn là Vinaya, tức là Luật tạng), 藍

毗尼 *Lam-tỳ-ni* (phiên âm tiếng Phạn là Lumbinī, tên vườn Lam-tỳ-ni)

巧 **xảo** → vừa mới, như 巧風吹之 *xảo phong xuy chi* (gió vừa mới thổi qua)

布 **bố** → ban rải, cho ra, như 布施 *bố thí* (cho ra khắp nơi)

幼 **ấu** → tuổi thơ, còn nhỏ, như 幼離父母 *ấu ly phụ mẫu* (xa lìa cha mẹ khi còn nhỏ)

弗 **phất** → không, từ phủ định, như 因鈍弗磨 *nhân độn phất ma* (vì cùn lụt mà không mài)

弘 **hoằng** → rộng, mở rộng, như 外弘不諍之德 *ngoại hoằng bất tranh chi đức* (bên ngoài mở rộng cái đức không tranh chấp)

必 **tất** → chắc chắn, chắc là, như 必不相賺 *tất bất tương trám* (chắc chắn là không lừa dối nhau)

未 **vị** → chưa, không, như 未免形累 *vị miễn hình lụy* (chưa thoát khỏi được sự trói buộc thân hình)

末 **mạt** → cuối hết, như 末世 *mạt thế* (đời cuối), 末法 *mạt pháp* (pháp đã gần dứt, tận cùng)

本 **bản** → gốc, nguồn, như 根本無明 *căn bản vô minh* (gốc rễ ở nơi vô minh)

正 **chính, chánh** → chính yếu, chân chánh, như 頓悟正因 *đốn ngộ chánh nhân* (tức thời hiểu rõ được nguyên nhân chính yếu, tức là chỗ cốt yếu)

母 **mẫu** → mẹ, như 父母 *phụ mẫu* (cha mẹ)

民 **dân** → dân, người trong cõi nước nói chung, như 人民被化於東方 *nhân dân bị hóa ư Đông phương* (người dân được hóa độ ở cõi Đông)

Tham khảo chữ Hán

氷 **băng** → băng, nước đông lại thành khối, như 結冰 *kết băng* (đông lại thành băng), 氷雪 *băng tuyết* (băng và tuyết)

永 **vĩnh** → mãi mãi, lâu dài, như 安樂永劫 *an lạc vĩnh kiếp* (yên vui mãi mãi)

犯 **phạm** → phạm vào, như 作犯 *tác phạm* (làm việc phạm vào)

玄 **huyền** → nhiệm mầu, huyền diệu, như 玄道無因契悟 *huyền đạo vô nhân khế ngộ* (đạo nhiệm mầu không do đâu để hợp ý hiểu ra)

瓦 **ngõa** → viên ngói, như 瓦礫 *ngõa lịch* (ngói sỏi, chỉ những thứ không có giá trị)

甘 **cam** → vị ngọt, như 甘旨 *cam chỉ* (món ngon ngọt)

生 **sinh, sanh** → sống, đời sống, như 一生空過 *nhất sanh không quá* (một đời luống qua vô ích, vô bổ)

用 **dụng** → dùng, sử dụng, như 用報四恩 *dụng báo tứ ân* (dùng để báo đáp bốn ơn)

由 **do** → do nơi, nhờ nơi, như 不由別人 *bất do biệt nhân* (không do nơi người khác)

白 **bạch** → trắng, bạc trắng, như 颯然白首 *táp nhiên bạch thủ* (thoắt đã bạc trắng mái đầu)

皮 **bì** → da, như 皮肉 *bì nhục* (da thịt)

目 **mục** → con mắt, như 耳目 *nhĩ mục* (tai mắt)

立 **lập** → thiết lập, lập thành, như 同立此願 *đồng lập thử nguyện* (cùng nhau lập nguyện này)

交 **giao** → trao cho, mang đến cho, như 曉夕造惡, 即目交報 *hiểu tịch tạo ác, tức tự giao báo* (sớm tối làm việc ác, tức tự mang lấy quả báo)

亦 **diệc** → cũng vậy, lại cũng, như 亦乃酬報四恩 *diệc nãi thù báo tứ ân* (lại cũng báo đáp được bốn ơn), 彼既丈夫, 我亦爾 *bỉ ký trượng phu, ngã diệc nhĩ* (người kia đã là đấng nam nhi, ta đây cũng như vậy)

任 **nhậm** → tiếp nhận, chấp nhận, như 任職 *nhậm chức* (nhận chức), 任他法性周流 *nhậm tha pháp tánh châu lưu* (đón nhận sự xoay chuyển của các pháp)

伏 **phục** → cúi xuống, như 伏望 *phục vọng* (cúi mong)

休 **hưu** → thôi, dừng nghỉ, như 躭味不休 *đam vị bất hưu* (mê đắm mùi vị không thôi)

先 **tiên** → trước, trước kia, như 佛先制律 *Phật tiên chế luật* (trước kia Phật chế định ra giới luật), 先知 *tiên tri* (biết trước)

光 **quang** → ánh sáng, dùng theo nghĩa bóng để chỉ thời gian, như 時光亦不虛棄 *thời quang diệc bất hư khí* (thời gian cũng không bỏ phí)

全 **toàn** → hoàn toàn, trọn vẹn, như 戢斂全無 *tập liễm toàn vô* (hoàn toàn không có sự câu thúc, chế phục)

共 **cộng** → hợp, cọng lại, như 假眾緣而共成 *giả chúng duyên nhi cộng thành* (các nhân duyên giả hợp mà thành)

再 **tái** → trở lại, lần nữa, như 法門再闡 *pháp môn tái xiển* (cửa pháp lại mở ra, nghĩa là các pháp môn lại được xiển dương, rộng truyền)

冰 **băng** → băng giá, nước đông lại vì lạnh, như 冰凍 băng đống (băng giá đông lại)

決 **quyết** → dứt khoát, kiên quyết, như 決心 quyết tâm (lòng kiên quyết làm điều gì), 決志 quyết chí (dốc lòng), thường viết là 决

刑 **hình** → hình phạt, như 三界刑罰 tam giới hình phạt (hình phạt trong ba cõi)

合 **hợp** → phù hợp, hợp lẽ, như 法爾合供 pháp nhĩ hợp cúng (theo pháp cúng dường như thế là hợp)

吉 **cát** → dùng trong phiên âm chữ duṣkṛta (吉羅 - cát-la), tức đột-cát-la (突吉羅), một nhóm tội trong giới luật, dịch nghĩa là tội khinh cấu.

同 **đồng** → cùng nhau, như 同生 đồng sanh (cùng sanh ra)

名 **danh** → tên, gọi tên, như 從心變起悉是假名 tùng tâm biến khởi tất thị giả danh (do nơi tâm biến hóa mà ra tất cả đều là tên gọi không thật)

吐 **thổ** → nhả ra, như 咽苦吐甘 ân khổ thổ cam (nuốt đắng nhả ngọt)

向 **hướng** → nghiêng về, hướng về, như 一向情存粗糙 nhất hướng tình tồn thô tháo (chỉ nghiêng về giữ lấy những thói tật thô thiển)

回 **hồi** → trở lại, quay lại, như 挽回 vãn hồi (làm cho trở lại như trước)

因 **nhân** → nguyên nhân, do nơi, như 樂是苦因 lạc thị khổ nhân (vui là nguyên nhân của khổ)

在 **tại** → ở tại, như 臥疾在牀 ngọa tật tại sàng (bệnh nằm tại giường)

地 **địa** → 1. đất, như 地雖厚，不能載我 *địa tuy hậu bất năng tải ngã* (đất tuy dày không chở được ta); 2. nơi chốn, vị trí, như 開發有地 *khai phát hữu địa* (có chỗ khai mở)

多 **đa** → nhiều, như 年晚多諸過咎 *niên vãn đa chư quá cữu* (tuổi già nhiều tội lỗi)

好 **hảo** → tốt đẹp, như 雖有好心 *tuy hữu hảo tâm* (tuy có lòng tốt), **2. háo** → ưa thích, ham thích, như 好名 *háo danh* (ham thích danh tiếng)

如 **như** → như là, giống như, như 如人負債 *như nhân phụ trái* (giống như người mắc nợ)

存 **tồn** → còn, tồn tại, như 朝存夕亡 *triêu tồn tịch vong* (sớm còn tối mất)

宅 **trạch** → cái nhà, như 幻身夢宅 *huyễn thân mộng trạch* (thân hư huyễn trong căn nhà mộng)

宇 **vũ** → nhà ở, như 廣宇閑庭 *quảng vũ nhàn đình* (nhà to sân rộng)

安 **an** → yên ổn, làm cho yên ổn, như 安國 *an quốc* (làm cho đất nước được yên ổn)

年 **niên** → năm, dùng chỉ tuổi tác, như 年高臘長 *niên cao lạp trưởng* (lớn tuổi, nhiều tuổi hạ)

忖 **thốn** → suy nghĩ kỹ, ngẫm nghĩ, như 曉夕思忖 *hiểu tịch tư thốn* (sớm tối lo nghĩ)

成 **thành** → thành tựu, làm thành, như 觸途成滯 *xúc đồ thành trệ* (đường đi đến thành ra ngưng trệ)

旨 **chỉ** → ngon, như 旨酒 *chỉ tửu* (rượu ngon), 甘旨 *cam chỉ* (món ngon ngọt)

早 **tảo** → sớm, như 早訪明師 *tảo phóng minh sư* (sớm tìm cầu bậc thầy sáng suốt)

有 **hữu** → có, như 導師有敕 *đạo sư hữu sắc* (đấng đạo sư có lời dạy)

朽 **hủ** → mục nát, vô dụng, như 老朽 *lão hủ* (già yếu chẳng làm được gì nữa)

次 **thứ** → thứ, lượt, dùng trong 造次 *tháo thứ* (vội vàng, gấp rút)

此 **thử** → thế, vậy, ấy, đó, như 若不如此 *nhược bất như thử* (nếu không được như vậy), 以此扶持 *dĩ thử phù trì* (lấy đó làm chỗ gìn giữ nương theo) 此宗難得 *thử tông nan đắc* (tông ấy khó được)

死 **tử** → chết, như 視生死如怨家 *thị sanh tử như oán gia* (xem sống chết như kẻ oán thù)

汙 **ô** → nhơ nhớp, bẩn, như 染汙 *nhiễm ô* (nhiễm bẩn, bị nhơ nhớp)

百 **bá, bách** → một trăm, như 百姓 *bách tánh* (trăm họ), 百劫 *bách kiếp* (trăm kiếp)

米 **mễ** → gạo, như 粒米 *lạp mễ* (hạt gạo)

老 **lão** → già, người già, như 從生至老 *tùng sanh chí lão* (sanh ra cho đến lúc già)

而 **nhi** → liên từ, mà..., như 假眾緣而共成 *giả chúng duyên nhi cộng thành* (các nhân duyên giả hợp mà thành), 不應自輕而退屈 *bất ưng tự khinh nhi thối khuất* (không nên tự coi thường mình mà thối lui)

耳 **nhĩ** → lỗ tai, như 耳目 *nhĩ mục* (tai mắt)

肉 **nhục** → thịt, như 骨肉都糜 *cốt nhục đô mi* (xương thịt đều nát nhừ)

自 **tự** → tự mình, như 自輕 *tự khinh* (tự coi thường mình), 果報還自受 *quả báo hoàn tự thọ* (quả báo trở lại tự mình nhận lấy)

至 **chí** → đến, đến khi, như 從生至老 *tùng sanh chí lão* (sanh ra cho đến khi già), 及至年高 *cập chí niên cao* (cho đến khi tuổi tác đã cao)

舟 **chu** → thuyền, như 以淨土為舟航 *dĩ Tịnh độ vi chu hàng* (dùng Tịnh độ làm thuyền bè)

色 **sắc** → hình sắc, như 聞聲見色 *văn thanh kiến sắc* (nghe âm thanh, thấy hình sắc)

血 **huyết** → máu, như 泣血 *khấp huyết* (khóc chảy máu mắt)

行 **hành** → đi, làm, như 遠行 *viễn hành* (đi xa), 行持 *hành trì* (giữ làm theo) 言行荒疎 *ngôn hành hoang sơ* (lời nói việc làm đều phóng túng lơ đễnh)

衣 **y** → cái áo, y phục, như 濕衣 *thấp y* (ướt áo)

西 **tây** → hướng tây, phương tây, như 西方決定往生 *Tây phương quyết định vãng sanh* (quyết định vãng sanh về Tây phương)

伴 **bạn** → chọn lựa, tuyển chọn, như 擇伴 *trạch bạn* (chọn bạn)

伸 **thân** → trình bày, nói ra, như 伸冤 *thân oan* (nói rõ nỗi oan khúc), 畧伸 *lược thân* (lược nói ra)

似 **tự, tợ** → giống như, tương tợ, như 似房屋而頻頻遷徙 *tự phòng ốc nhi tần tần thiên tỷ* (giống như phòng ốc nhiều lần thay đổi)

但 **đãn** → chỉ cần, như 但情不附物 *đãn tình bất phụ vật* (chỉ cần lòng không nương theo vật)

住 **trụ** → ở tại, cư ngụ, như 行住寂默 *hành trụ tịch mặc* (đi ở đều vắng lặng)

何 **hà** → sao, thế nào, chỗ nào... (dùng trong các câu hỏi), như 何乃 *hà nãi* (sao lại như vậy), 未知何往 *vị tri hà vãng* (chưa biết đến nơi đâu)

佛 **phật** → đức Phật, những gì liên quan đến đức Phật, như 佛性 *Phật tánh* (tánh Phật), 佛法 *Phật pháp* (giáo pháp của Phật)

作 **tác** → làm, thực hiện, tạo ra, như 作業 *tác nghiệp* (tạo ra nghiệp)

克 **khắc** → khắc phục, khắc chế, như 克念 *khắc niệm* (khắc phục tâm ý)

免 **miễn** → miễn trừ, thoát khỏi, như 人天三有應未免之 *nhân thiên tam hữu ưng vị miễn chi* (ba cõi trời người chưa thoát khỏi được)

況 **huống** → huống chi, liên từ để nhấn mạnh, như 況乃堂堂僧相 *huống nãi đường đường tăng tướng* (huống chi đường đường mang hình tướng một vị tăng)

別 **biệt** → **1.** phân biệt, thấy rõ sự khác nhau, như 豈能甄別 *khởi năng chân biệt* (làm sao có thể xem xét phân biệt rõ) **2.** riêng, khác, như 不由別人 *bất do biệt nhân* (chẳng do nơi người khác), 別業 *biệt nghiệp* (nghiệp quả riêng của mỗi người)

利 **lợi** → lợi, điều lợi, như 施利濃厚 *thí lợi nùng hậu* (mang cho các món lợi to lớn)

努 **nỗ** → cố gắng, như 努力 *nỗ lực* (gắng sức)

劫 **kiếp** → một đời sống, thời gian một kiếp sống, như 往劫 *vãng kiếp* (kiếp trước)

劬 **cù** → nhọc nhằn, khó nhọc, như 哀哀父母，生我劬勞 *ai ai phụ mẫu sanh ngã cù lao* (thương thay cha mẹ sinh ra ta biết bao khó nhọc)

即 **tức** → tức là, như 倏忽即無 *thúc hốt tức vô* (thoáng chốc đã là không)

吞 **thôn** → nuốt vào, như 吞之則肝腸盡爛 *thôn chi tắc can trường tận lạn* (nuốt vào thì ruột gan chín bấy)

吹 **xuy** → thổi, như 巧風吹之 *xảo phong xuy chi* (gió vừa thổi qua)

吾 **ngô** → ta, của ta, như 吾母 *ngô mẫu* (mẹ của ta)

告 **cáo** → nói với, bảo cho biết, như 哀告 *ai cáo* (đau xót có lời bảo cho biết)

坐 **toạ** → ngồi, như 起坐 *khởi tọa* (đứng ngồi)

夾 **giáp** → cầm giữ, kèm kẹp, dùng trong 夾雜 *giáp tạp* (bị xen vào hỗn tạp, bị lẫn lộn vào)

妙 **diệu** → hay, khéo, tuyệt diệu, như 其妙 *kỳ diệu* (tuyệt diệu lạ lùng)

完 **hoàn** → trọn vẹn, đầy đủ, như 舉體無完膚 *cử thể vô hoàn phu* (khắp thân không mảnh da nào còn nguyên vẹn)

形 **hình** → hình dáng, như 形直影端 *hình trực ảnh đoan* (hình ngay bóng thẳng)

忍 **nhẫn** → nhẫn chịu, chịu đựng, như 難忍能忍 *nan nhẫn năng nhẫn* (nhẫn chịu được điều khó chịu)

志 **chí** → ý chí, như 決志 *quyết chí* (dốc chí thực hiện điều gì)

忘 **vong** → quên, không còn nhớ, như 忘緣 *vong duyên* (quên mất các duyên)

忪 **chung** → tâm ý tán loạn thất thường, như 起坐忪諸 *khởi tọa chung chư* (đứng ngồi hoảng loạn)

我 **ngã** → ta, tôi, tiếng tự xưng, như 我亦爾 *ngã diệc nhĩ* (ta cũng vậy)

戒 **giới** → điều ngăn cấm không làm, như 齋戒 *trai giới* (giữ giới chay lạt)

扶 **phù** → nương, dựa, như 扶持 *phù trì* (nương giữ nhau)

抑 **ức** → liên từ, nhưng, mà..., dùng trong cụm từ 抑亦 *ức diệc* (không những... mà còn), như 一生空過, 抑亦來業無裨 *nhất sanh không quá, ức diệc lai nghiệp vô tì* (không những một đời trôi qua chẳng được gì, mà sự nghiệp sau này cũng không ích lợi)

更 **canh, cánh** → càng thêm, lại thêm, như 更不可言 *cánh bất khả ngôn* (càng không thể nói)

束 **thúc** → bó buộc, ràng buộc lại, như 束斂初心 *thúc liễm sơ tâm* (gom buộc chế phục tâm ban đầu)

步 **bộ** → bước đi, như 寸步不移 *thốn bộ bất di* (bước ngắn cũng chẳng dời đi)

每 **mỗi** → mỗi khi, mỗi lần, như 每一思及 *mỗi nhất tư cập* (mỗi khi nghĩ đến)

求 **cầu** → cầu mong, muốn được, như 不求升進 *bất cầu thăng tiến* (không cầu được tiến bộ)

決 **quyết** → chắc chắn, nhất định, quyết ý, như 決定往生 *quyết định vãng sanh* (nhất định phải vãng sanh)

沈 **trầm** → chìm đắm, mê đắm, như 升沈疲極 *thăng trầm bì cực* (nổi chìm mệt mỏi cực nhọc)

沒 **một** → chết, biến mất, như 出沒 *xuất một* (ẩn hiện), 時光淹沒 *thời quang yểm một* (thời gian trôi qua mất), 出此沒彼 *xuất thử một bỉ* (sinh ra chỗ này, chết đi chỗ kia)

沙 **sa** → dùng trong từ phiên âm, như 沙彌 sa-di, 沙門 sa-môn

牢 **lao** → nhà lao, chỗ giam nhốt, như 三界如牢獄 *tam giới như lao ngục* (ba cõi như tù ngục giam nhốt)

男 **nam** → con trai, nam giới, như 淨信男女 *tịnh tín nam nữ* (kẻ nam người nữ có lòng tin trong sạch)

矣 **hĩ** → trợ từ cuối câu, vậy, thế... như 不必言矣 *bất tất ngôn hĩ* (không cần phải nói vậy)

究 **cứu** → nghiên cứu, cứu xét, như 不究自心 *bất cứu tự tâm* (không cứu xét tự tâm mình)

肖 **tiếu** → giống như, như 不肖 *bất tiếu* (không được giống như người đi trước, không học theo được những điều tốt đẹp), dùng chỉ những người hư hỏng, kém cỏi

肝 **can** → lá gan trong nội tạng, như 肝腸 *can trường* (gan ruột)

育 **dục** → nuôi dưỡng, làm cho tăng trưởng, như 育德 *dục đức* (nuôi dưỡng đức hạnh)

良 **lương** → tốt, hiền, như 親附良朋 *thân phụ lương bằng* (gần gũi nương theo bạn tốt)

見 **kiến** → thấy biết, nhìn thấy, như 如斯知見 *như tư tri kiến* (chỗ thấy biết như thế)

角 **giác** → tranh hơn thua nhau, như 口角 *khẩu giác* (cãi cọ), 乖角 *quai giác* (hơn thua nghịch nhau)

言 **ngôn** → nói, lời nói, như 便言我是山僧 *tiện ngôn ngã thị sơn tăng* (liền nói rằng ta là thầy tăng ở núi)

豕 **thỉ** → con lợn, như 牽豕就屠 *khiên thỉ tựu đồ* (dắt lợn vào lò mổ)

貝 **bối** → tên một loại cây thuở xưa dùng lá để chép kinh, nên 貝葉 *bối diệp* (lá bối) được dùng để chỉ kinh điển.

足 **túc** → đầy đủ, như 三常不足 *tam thường bất túc* (ba việc thường không đầy đủ, nghĩa là chuyện ăn, mặc và ngủ nghỉ đều không đến mức đầy đủ)

身 **thân** → thân thể, như 人身 *nhân thân* (thân người)

辛 **tân** → vị cay, như 辛苦 *tân khổ* (cay đắng)

迅 **tấn** → nhanh chóng, như 迅速 *tấn tốc* (hết sức nhanh chóng)

那 **na** → ấy, đó, kia..., như 這邊那邊 *giá biên na biên* (bên này bên kia)

邦 **bang** → nước, quốc gia, như 治邦 *trị bang* (trị nước)

邪 **tà** → tà vạy, không chính đáng, như 去邪 *khứ tà* (trừ bỏ điều tà vạy)

並 **tịnh** → thảy đều, như 並非己有 *tịnh phi kỷ hữu* (thảy đều không phải của ta)

乖 **quai** → trái ngược, nghịch nhau, như 乖角 *quai giác* (hơn thua nghịch nhau), 內外乖者 *nội ngoại quai giả* (trong ngoài trái nghịch nhau)

乳 **nhũ** → vú, cho bú bằng vú, như 乳哺 *nhũ bộ* (bú mớm)

事 **sự** → việc, chuyện, vấn đề, như 觸事面牆 *xúc sự diện tường* (gặp việc quay mặt vào vách, nghĩa là không biết cách đối phó, bế tắc)

些 **ta** → một ít, tí chút, như 不存些些軌則 *bất tồn ta ta quỹ tắc* (không giữ được chút ít phép tắc nào)

使 **sử** → khiến cho, làm cho..., như 假使 *giả sử* (giá như là ..., nghĩa là việc chưa xảy ra nhưng cứ giả định cho là như vậy)

來 **lai** → sắp đến, tương lai, như 來處 *lai xứ* (nơi sẽ đến), 來生 *lai sanh* (đời sau)

供 **cung** → cung cấp, chu cấp cho, như 不供甘旨 *bất cung cam chỉ* (không chu cấp cho món ăn ngon ngọt)

依 **y** → y theo, theo giống như, như 依前 *y tiền* (y như trước)

兩 **lưỡng** → một cặp, đôi, hai cái, như 兩途既失 *lưỡng đồ ký thất* (hai đường đều mất cả)

其 **kì** → ấy, đó... tiếng trợ từ, như 其人, 其事 *kỳ nhân, kỳ sự* (người ấy, chuyện ấy), 去其荊棘 *khứ kỳ kinh cức* (dẹp bỏ những gai góc ấy)

具 **cụ** → đầy đủ, như 具有無量神通 *cụ hữu vô lượng thần thông* (có đủ vô lượng thần thông)

典 **điển** → kinh điển, như 不涉典章 *bất thiệp điển chương* (không liên quan gì đến điều chương kinh điển)

初 **sơ** → ban đầu, mới bắt đầu, như 初心 *sơ tâm* (lúc phát tâm ban đầu)

到 **đáo** → đến, tới, như 同到道場 *đồng đáo đạo trường* (cùng đến nơi đạo trường)

制 **chế** → đặt, định ra, như 佛先制律 *Phật tiên chế luật* (Phật trước kia chế định ra giới luật)

Tham khảo chữ Hán

刹 **sát** → dùng trong cụm từ 刹那 *sát-na* để phiên âm tiếng Phạn là kṣaṇa, nghĩa là khoảng thời gian rất ngắn, như 一刹那間 *nhất sát-na gian* (trong thời gian một sát-na)

刻 **khắc** → khoảnh khắc, thời gian rất ngắn, như 片刻 *phiến khắc* (thoắt chốc)

刼 **kiếp** → kiếp, đời người, như 一失人身萬刼不復 *nhất thất nhân thân vạn kiếp bất phục* (một khi mất thân người, vạn kiếp không được lại)

卒 **tốt** → hết, cuối, như 卒歲 *tốt tuế* (hết năm)

取 **thủ** → cầm nắm, lấy, như 去取 *khứ thủ* (bỏ và lấy, nghĩa là chọn lựa)

受 **thụ** → nhận lấy, nhận lãnh, như 果報還自受 *quả báo hoàn tự thụ* (quả báo trở lại tự nhận lấy)

周 **châu** → khắp vòng, như 周流 *châu lưu* (xoay vòng)

味 **vị** → mùi vị, như 躭味不休 *đam vị bất hưu* (đắm mê mùi vị không thôi)

呼 **hô** → kêu gào, như 號呼 *hiệu hô* (gào khóc)

命 **mạng** → mạng sống, như 命不可延 *mạng bất khả diên* (mạng sống không thể kéo dài)

和 **hòa** → hòa hợp, hài hòa, như 聲和響順 *thanh hòa hưởng thuận* (âm thanh hài hòa thì tiếng vọng thuận theo)

咎 **cữu** → tội lỗi, như 多諸過咎 *đa chư quá cữu* (nhiều sai lầm tội lỗi)

固 **cố** → đã rồi, vốn dĩ, như 固有 *cố hữu* (vốn đã có từ trước rồi), 六親固以棄離 *lục thân cố dĩ khí ly* (sáu thân vốn đã dứt bỏ xa lìa rồi)

夜 **dạ** → đêm, tối, như 一夜 *nhất dạ* (một đêm)

始 **thuỷ** → mới, vừa mới, như 從茲始知悔過 *tùng tư thủy tri hối quá* (từ đây mới biết ăn năn hối lỗi)

委 **uỷ** → uốn theo, dùng trong 委靡 *uỷ mị* (yếu hèn, không tự chủ)

季 **quý** → cuối, như 季世 *quý thế* (đời cuối), 同生像季 *đồng sanh tượng quý* (cùng sinh ra vào cuối đời tượng pháp)

孤 **cô** → bội bạc, phụ bạc, như 孤負四恩 *cô phụ tứ ân* (phụ bạc cả bốn ơn)

宗 **tông** → tông phái, phép tu, như 此宗難得 *thử tông nan đắc* (phép tu này khó được)

定 **định** → chắc chắn không thay đổi, như 決定 *quyết định* (quyết lòng làm điều gì, không thay đổi)

宛 **uyển** → quanh co, như 宛轉 *uyển chuyển* (khéo thay đổi cho thích hợp)

宜 **nghi** → nên, điều thích hợp, như 是故宜應斷生死流 *thị cố nghi ưng đoạn sanh tử lưu* (vì vậy nên cắt đứt dòng sanh tử)

尚 **thượng** → vẫn còn, hãy còn, như 我尚沈淪 *ngã thượng trầm luân* (ta hãy còn chìm đắm luân lạc)

居 **cư** → ở, tại nơi, như 立願居先 *lập nguyện cư tiên* (việc lập nguyện phải ở trước hết)

屈 **quật** → chịu khuất phục, chịu kém hơn, như 退屈 *thối khuất* (chịu kém mà thối lui)

岸 **ngạn** → bờ, như 河岸 *hà ngạn* (bờ sông), 岸樹 *ngạn thụ* (cây đứng ven bờ)

幸 **hạnh** → may mắn, tốt đẹp, như 幸無魔障 *hạnh vô ma chướng* (may mắn không gặp ma chướng)

延 **diên** → kéo dài ra, như 命不可延 *mạng bất khả diên* (mạng sống không thể kéo dài ra)

彼 **bỉ** → người kia, như 彼既丈夫, 我亦爾 *bỉ ký trượng phu, ngã diệc nhĩ* (người kia đã là đấng nam nhi, ta cũng vậy)

往 **vãng** → đến, như 往來三界之賓 *vãng lai tam giới chi tân* (người khách đến đi trong ba cõi)

忝 **thiểm** → đáng xấu hổ, nhục nhã, như 忝號沙門 *thiểm hiệu sa-môn* (hổ thẹn mang danh sa-môn)

忠 **trung** → ngay thật, hết lòng vì ai, như 忠言逆耳 *trung ngôn nghịch nhĩ* (lời nói thẳng khó nghe)

念 **niệm** → 1. khoảng thời gian rất ngắn, như 無常殺鬼念念不停 *vô thường sát quỷ niệm niệm bất đình* (con quỷ vô thường giết người không một chút thời gian nào dừng nghỉ) 2. suy nghĩ, ý nghĩ, như 動他心念 *động tha tâm niệm* (làm dao động tâm ý người khác)

忽 **hốt** → đột nhiên, bỗng nhiên, như 倏忽即無 *thúc hốt tức vô* (thoát chốc đã là không)

忿 **phẫn** → giận tức, như 瞋心忿起 *sân tâm phẫn khởi* (lòng sân hận tức tối nổi lên)

怕 **phạ** → khiếp sợ, như 怕怖 *phạ bố* (hãi hùng khiếp sợ)

怖 **bố** → sợ hãi, sợ sệt, như 怕怖 *phạ bố* (hãi hùng khiếp sợ)

怡 **di** → vui vẻ, thoải mái, như 怡然 *di nhiên* (vui vẻ tự nhiên)

性 **tính** → tính chất, tính tình, như 法性 *pháp tính* (tính chất của các pháp)

怯 **khiếp** → sợ, khiếp, như 退怯 *thối khiếp* (sợ mà thối lui)

或 **hoặc** → hoặc là, như 或大語高聲 *hoặc đại ngữ cao thanh* (hoặc to tiếng nặng lời)

房 **phòng** → căn phòng, căn nhà, như 房屋 *phòng ốc* (nhà cửa nói chung)

所 **sở** → **1.** nơi chốn, như 意欲等超何所 *ý dục đẳng siêu hà sở* (ý muốn vượt cao đến nơi nào) **2.** đều, khắp, như 所在皆是也 *sở tại giai thị dã* (đâu đâu cũng vậy cả), 人所輕欺 *nhân sở khinh khi* (người ta đều khinh khi) **3.** trợ từ, điều thuộc về cái gì, như 業果所牽 *nghiệp quả sở khiên* (nghiệp quả dắt dẫn), 所作 *sở tác* (điều đã làm)

承 **thừa** → vâng theo, nhận lấy, như 供承祭祀 *cung thừa tế tự* (cung kính nhận lãnh việc cúng kỵ)

披 **phi** → mặc áo, khoác áo, như 披衣下床 *phi y hạ sàng* (khoác áo bước xuống giường), 披緇 *phi truy* (khoác áo người tu hành)

拔 **bạt** → đánh thắng, đánh bạt đi, như 拔二十城 *bạt nhị thập thành* (đánh chiếm được 20 thành), dùng trong cụm từ 拔濟 *bạt tế* tức là nói tắt của 拔苦濟難 *bạt khổ tế nạn* (đánh bạt khổ não, cứu giúp nạn tai)

於 **ư** → **1.** với, đối với, như 涉於典章 *thiệp ư điển chương* (liên quan với kinh điển) **2.** nơi, chỗ... như 清於耳目 *thanh ư nhĩ mục* (trong sạch nơi tai mắt), 且於教法留心 *thả ư giáo pháp lưu tâm* (nên để tâm vào nơi giáo pháp)

昆 **côn** → hàng con cháu nối dõi, như 後昆 *hậu côn* (con cháu về đời sau)

明 **minh** → ánh sáng, sự sáng suốt, như 無明 *vô minh* (không sáng, nghĩa là ngu tối)

昏 **hôn** → tối tăm, không biết, như 昏迷 *hôn mê* (mê muội tối tăm không biết gì)

易 **dị** → dễ, như 易壅 *dị ủng* (dễ bị ngăn lấp)

昔 **tích** → xưa kia, trước đây như 昔年 *tích niên* (năm xưa, năm trước)

朋 **bằng** → bạn bè, như 良朋 *lương bằng* (bạn hiền, bạn tốt)

服 **phục** → y phục, như 法服 *pháp phục* (y phục của người tu)

東 **đông** → phương đông, hướng đông, như 東西莫辨 *đông tây mạc biện* (hướng đông tây không phân biệt được)

松 **tùng** → cây tùng, như 倚松之葛 *ỷ tùng chi cát* (dây leo dựa theo cây tùng)

枉 **uổng** → uổng phí, không đáng, như 枉披法服 *uổng phi pháp phục* (uổng mặc y phục người tu hành, nghĩa là không xứng đáng)

果 **quả** → kết quả, thành quả, như 人果歷然 *nhân quả lịch nhiên* (nhân quả rõ ràng như vậy)

殁 **một** → chết mất, như 殁後沉淪 *một hậu trầm luân* (sau khi chết phải chìm đắm)

治 **trị** → cai trị, như 治邦 *trị bang* (cai trị đất nước)

沾 **triêm** → thấm nhuần, như 戒品沾身 *giới phẩm triêm thân* (thân được thấm nhuần giới hạnh)

況 **huống** → huống chi, như 況未發乎 *huống vị phát hồ* (huống chi là chưa phát tâm)

泊 **bạc** → dùng trong cụm từ 湊泊 *thấu bạc* với nghĩa là hiểu thấu, như 將心湊泊 *tương tâm thấu bạc* (dùng tâm để hiểu thấu). Xem thêm ở chữ 湊 *thấu* - Thuyền ghé vào bến cũng gọi là *bạc*, vì thế có cụm từ 漂泊 *phiêu bạc* chỉ việc trôi nổi bất định qua nhiều nơi, có từ điển tiếng Việt viết sai cụm từ Hán-Việt này là *phiêu bạt*.

法 **pháp** → **1.** các pháp, sự việc, như 內外諸法盡知不實 *nội ngoại chư pháp tận tri bất thật* (các pháp trong ngoài đều biết rõ là không thật) **2.** giáo pháp, những gì do Phật truyền dạy, như 佛法 *Phật pháp* (giáo pháp của Phật), 且於教法留心 *thả ư giáo pháp lưu tâm* (nên để tâm vào nơi giáo pháp)

波 **ba** → con sóng nhỏ, sóng nước, như 四海波濤 *tứ hải ba đào* (sóng nước trong bốn biển)

泣 **khấp** → khóc, như 泣血 *khấp huyết* (khóc chảy máu mắt)

泥 **nê** → bùn lầy, như 沒在淤泥 *một tại ứ nê* (chìm trong bùn đọng)

泯 **mẫn** → hết, dứt hết, như 知見不泯 *tri kiến bất mẫn* (chỗ thấy biết không dứt bỏ hết)

爭 **tranh** → tranh đấu, tranh đua, như 競爭 *cạnh tranh* (ganh đua với nhau để giành phần hơn)

牀 **sàng** → giường nằm, như 臥疾在牀 *ngọa tật tại sàng* (bệnh nằm trên giường)

物 **vật** → sự vật, như 但情不附物 *đãn tình bất ngại vật* (chỉ cần trong lòng không ngăn ngại nơi sự vật)

狀 **trạng** → hình trạng, hình dáng, như 狀似青蓮蕊結 *trạng tợ thanh liên nhị kết* (hình dạng như hoa sen xanh bó nhụy)

狎 **hiệp** → thân cận, gần gũi ai, như 不旁狎 *bất bàng hiệp* (không tùy tiện thân gần người khác), 狎習惡者 *hiệp tập ác giả* (gần gũi quen theo kẻ ác)

直 **trực** → ngay thẳng, như 形直影端 *hình trực ảnh đoan* (hình ngay thì bóng thẳng)

知 **tri** → biết, hiểu rõ, như 故知三界刑罰縈絆殺人 *cố tri tam giới hình phạt oanh bán sát nhân* (vậy nên biết rằng hình phạt trong ba cõi luôn bám theo mà giết hại người)

社 **xã** → hội, nhóm những người cùng một khuynh hướng, như 蓮社 *liên xã* (hội niệm Phật)

祀 **tự** → thờ cúng, như 祭祀 *tế tự* (cúng tế tổ tiên, người đã khuất)

空 **không** → không có gì, không được gì, như 莫空過日 *mạc không quá nhật* (đừng để ngày qua không được gì)

者 **giả** → **1.** người, kẻ, như 出家者 *xuất gia giả* (người xuất gia), 惡者 *ác giả* (kẻ ác) **2.** trợ từ, ấy, đó... như 生我者父母, 成我者朋友 *sanh ngã giả phụ mẫu, thành ngã giả bằng hữu* (sinh ra ta ấy là cha mẹ, làm cho ta nên người ấy là bè bạn) **3.** trợ từ, để đặt câu hỏi, như 豈不銘心者哉? *Khởi bất minh tâm giả tai?* (Lại không ghi khắc vào trong lòng hay sao?)

肯 **khẳng** → bằng lòng, chịu làm, như 不肯親附良朋 *bất khẳng thân phụ lương bằng* (không chịu gần gũi thân cận bạn hiền), 但辦肯心 *đãn biện khẳng tâm* (chỉ cần chịu quyết tâm)

臥 **ngọa** → nằm, như 臥疾在牀 *ngọa tật tại sàng* (bệnh nằm tại giường)

臾 **du** → chốc lát, dùng trong 須臾 *tu du* (khoảng thời gian rất ngắn, thoắt chốc)

舍 **xá** → dùng trong từ phiên âm chữ śarīra 舍利 *xá-lợi*, cũng gọi là ngọc xá-lợi, chỉ phần vật chất được lưu lại sau khi hỏa táng di thể một vị Phật, cao tăng.

近 **cận** → gần, như 親近善友 *thân cận thiện hữu* (thân gần người bạn hiền)

返 **phản** → trở lại, ngược lại, như 返省 *phản tỉnh* (tỉnh lại, nghĩa là biết xem lại mình mà thay đổi những điều xấu ác)

金 **kim** → vàng, dùng trong các kết hợp 金身 *kim thân* (chỉ thân Phật), 金剛 *kim cương* (kim cương)

長 **trường** → dài, như 長久 *trường cửu* (lâu dài)

門 **môn** → **1.** cửa, như 緇門 *truy môn* (cửa nhà chùa) **2.** cách thức, phương pháp, như 方便之門 *phương tiện chi môn* (pháp phương tiện) **3.** tiếng dùng để phiên âm, như 婆羅門 *bà-la-môn* (phiên âm tiếng Phạn là brāhmana)

陀 **đà** → dùng trong phiên âm danh hiệu Phật Amitābha 彌陀 Di-đà, hoặc 阿彌陀 A-di-đà

附 **phụ** → nương cậy, dựa vào, như 親附善者 *thân phụ thiện giả* (gần gũi nương cậy người hiền)

青 **thanh** → màu xanh, như 青蓮 *thanh liên* (hoa sen xanh)

非 **phi** → không, dùng để phủ định, như 非論刧數 *phi luận kiếp số* (không tính được số kiếp)

侶 **lữ** → bạn, người cùng chung với nhau việc gì, như 法侶 *pháp lữ* (bạn đồng tu)

便 **tiện** → nhân đó, liền đó, như 便言我是比丘 *tiện ngôn ngã thị tỷ-kheo* (liền nói rằng ta đây là tỷ-kheo), 便責後生無禮 *tiện trách hậu sanh vô lễ* (liền trách những kẻ sinh sau là vô lễ)

俄 **nga** → chốc lát, thoắt chốc, như 俄焉而天，俄焉而人 *nga yên nhi thiên, nga yên nhi nhân* (thoắt chốc sinh cõi trời, thoắt chốc làm người)

俗 **tục** → tầm thường, dung tục, thế tục, như 心形異俗 *tâm hình dị tục* (tâm tánh và hình dáng khác với kẻ thế tục)

保 **bảo** → giữ lấy, như 保持 *bảo trì* (giữ gìn không để mất), 保衛 *bảo vệ* (giữ cho an toàn)

Tham khảo chữ Hán

信 **tín** → tin, tin cậy, như 不信 *bất tín* (không tin), 信施 *tín thí* (người cúng dường tài vật vì có lòng tin)

剃 **thế** → cắt, cạo, như 剃髮 *thế phát* (cắt tóc, xuống tóc), 剃毛 *thế mao* (cạo lông)

則 **tắc** → phép tắc, như 軌則威儀 *quỹ tắc oai nghi* (oai nghi phép tắc)

前 **tiền** → trước, phía trước, như 前路茫茫 *tiền lộ mang mang* (đường phía trước mờ mịt)

勇 **dũng** → mạnh mẽ, gan dạ, như 勇猛 *dũng mãnh* (mạnh mẽ gan dạ)

勉 **miễn** → cố gắng, gắng sức, như 願與大眾共勉之 *nguyện dữ đại chúng cộng miễn chi* (nguyện cùng với đại chúng nỗ lực gắng sức)

匍 **bồ** → dùng trong từ ghép 匍匐 *bồ bặc* (dáng bò lổm ngổm, nghĩa bóng chỉ việc đi lại chậm chạp, khó khăn)

厚 **hậu** → dày, lớn, như 施利濃厚 *thí lợi nùng hậu* (mang cho các món lợi to lớn), 地雖厚，不能載我 *địa tuy hậu bất năng tải ngã* (đất tuy dày không chở được ta)

咨 **tư** → bàn luận, như 後學咨詢, 無言接引 *hậu học tư tuân vô ngôn tiếp dẫn* (kẻ hậu học thưa hỏi bàn bạc chẳng có lời nào để tiếp nhận dẫn dắt)

咽 **ân** → nuốt vào, như 咽苦吐甘 *ân khổ thổ cam* (nuốt đắng nhả ngọt, ý nói người mẹ nhường hết món ngon cho con mình)

哀 **ai** → đau xót, bi ai, như 哀哉切心 *ai tai thiết tâm* (lòng thương xót biết bao nhiêu)

品 **phẩm** → hạng, bậc, phẩm hàm, như 戒品 *giới phẩm* (bậc đã thọ giới)

75

哉 **tai** → thán từ, biểu lộ cảm xúc, như 善哉 *thiện tai* (lành thay), 哀哉切心 *ai tai thiết tâm* (lòng thương xót biết bao nhiêu)

城 **thành** → thành, vùng dân cư có thành bao quanh, như 城中 *thành trung* (ở trong thành)

契 **khế** → hợp ý, tương hợp nhau, như 契悟 *khế ngộ* (hợp ý mà hiểu ra)

姻 **nhân** → nhân duyên, thân thuộc họ hàng, như 聯姻 *liên nhân* (nối liền thành thân thuộc)

威 **uy** → làm cho người khác phải kính phục hoặc sợ hãi, như 威儀 *oai nghi* (dáng vẻ làm người ta kính phục)

屋 **ốc** → nhà ở, như 房屋 *phòng ốc* (nhà cửa nói chung)

屍 **thi** → xác người chết, thi thể, như 莽莽横屍 *mãng mãng hoành thi* (thi thể bừa bãi khắp nơi)

度 **độ** → **1.** trôi qua, như 度時 *độ thời* (để thời gian trôi qua) **2.** mức độ, hạn độ, như 出言無度 *xuất ngôn vô độ* (lời nói ra không có sự hạn định, nghĩa là tùy tiện, bừa bãi)

建 **kiến** → xây dựng, làm nên, như 建立 *kiến lập* (xây dựng, tạo thành)

待 **đãi** → chờ đợi, như 時不可待 *thời bất khả đãi* (thời gian không thể chờ đợi được)

徇 **tuẫn** → theo, chiều theo, như 莫徇人情 *mạc tuẫn nhân tình* (đừng chiều theo tình thường của con người)

律 **luật** → luật, điều phải tuân theo, cũng chỉ giới luật nhà Phật, như 佛先制律 *Phật tiên chế luật* (Phật trước kia chế định ra giới luật)

後 **hậu** → sau, về sau, như 後學 *hậu học* (người học sau)

思 **tư** → nghĩ, nhớ đến, như 曉夕思忖 *hiểu tịch tư thổn* (sớm tối nghĩ nhớ, suy ngẫm)

怠 **đãi** → lười biếng, như 懈怠 *giải đãi* (chậm trễ biếng nhác)

急 **cấp** → gấp rút, khẩn cấp, như 急務 *cấp vụ* (việc khẩn cấp)

怨 **oán** → thù oán, oán hận, như 怨家 *oán gia* (kẻ oán thù)

恃 **thị** → ỷ lại, nương dựa vào, như 將何憑恃 *tương hà bằng thị* (biết nương dựa vào đâu)

恍 **hoảng** → bỗng nhiên, bất chợt, dùng trong từ ghép 恍惚 *hoảng hốt* với nghĩa là nhìn thấy không rõ ràng, đích xác, như 恍惚一生, 將何憑恃 *Hoảng hốt nhất sanh tương hà bằng thị.* (Mơ màng thoát chốc qua hết một đời, biết nương vào đâu làm chỗ dựa.)

恒 **hằng** → thường, như 恒違戒律 *hằng vi giới luật* (thường phạm vào giới luật)

恛 **hồi** → tâm ý mê loạn, nghi ngờ không quyết, như 心裏恛惶 *tâm lý hồi hoàng* (trong lòng hoảng sợ, mê loạn nghi ngờ)

恨 **hận** → oán hận, hờn giận, như 自恨蚤不預修 *tự hận tảo bất dự tu* (tự giận mình sớm không lo trước việc tu hành)

拯 **chửng** → cứu vớt, như 求拯 *cầu chửng* (cầu được cứu vớt)

持 **trì** → cầm nắm, giữ lấy, như 受持 *thọ trì* (nhận giữ lấy), 以此扶持 *dĩ thử phù trì* (lấy đó mà giữ gìn nương dựa)

指 **chỉ** → chỉ đến, như 指歸 *chỉ quy* (chỉ về, hướng về)

故 **cố** → cho nên, như 故經云 *cố kinh vân* (cho nên trong kinh nói rằng), 故知 *cố tri* (cho nên biết rằng)

施 **thí** → cho, bố thí, cúng dường cho chư tăng cũng gọi là *thí*, như 施利濃厚 *thí lợi nùng hậu* (cúng dường các món lợi rất lớn)

既 **kí** → đã, xảy ra rồi, như 兩途既失 *lưỡng đồ ký thất* (hai đường đều đã mất, đã thất bại)

映 **ánh** → ánh sáng, soi chiếu, như 映蔽一切 *ánh tế nhất thiết* (soi sáng hết những chỗ khuất lấp)

春 **xuân** → mùa xuân, như 春霜 *xuân sương* (sương mùa xuân)

是 **thị** → là, chính là, như 即是來生 *tức thị lai sanh* (tức là đời sau), 便言我是比丘 *tiện ngôn ngã thị tỳ-kheo* (liền nói rằng ta đây là bậc tỳ-kheo)

枯 **khô** → khô héo, khô kiệt, như 豈可因淺勿種，任其自枯？ *Khởi khả nhân thiển vật chủng, nhậm kỳ tự khô?* (Lẽ nào do rễ cạn mà không trồng, để cây tự khô chết?)

染 **nhiễm** → nhuốm vào, nhiễm vào, như 染汙 *nhiễm ô* (nhuốm bẩn, làm nhơ nhớp)

殆 **đãi** → gần như, đến mức, như 殆不忍言 *đãi bất nhẫn ngôn* (đến nỗi không nỡ nói ra)

毗 **tì** → dùng trong cụm từ 毗尼 Tỳ-ni để phiên âm tiếng Phạn là Vinaya, tức là Luật tạng.

洞 **đổng** → chiếu suốt, như 洞達光明 *đổng đạt quang minh* (sáng soi khắp nơi)

津 **tân** → bến đò, nghĩa bóng chỉ những vị trí quan trọng, cần yếu, như 津要 *tân yếu* (những người nắm giữ quyền chính), 玄津 *huyền tân* (chỗ diệu huyền quan yếu)

流 **lưu** → chảy, lưu chuyển, như 周流 *châu lưu* (xoay chuyển khắp nơi), 斷生死流 *đoạn sanh tử lưu* (cắt đứt dòng sanh tử)

甚 **thậm** → rất, lắm, như 幸甚 *hạnh thậm* (rất may mắn, rất tốt đẹp)

界 **giới** → thế giới, cõi nước, như 三界 *tam giới* (ba cõi)

畏 **úy** → sợ, như 畏難 *úy nan* (sợ khó khăn)

皆 **giai** → đều, khắp, như 皆因六賊 *giai nhân lục tặc* (đều do sáu tên giặc), 皆是宿植善根 *giai thị túc thực thiện căn* (đều là nhờ gieo trồng căn lành từ trước)

相 **tướng** → **1.** cùng nhau, qua lại với nhau, như 相應 *tương ưng* (hợp nhau, tương ứng với nhau) **2. tướng** → hình dạng, tướng mạo, như 僧相 *tăng tướng* (hình tướng của vị tăng)

省 **tỉnh** → tự xét lại chỗ lỗi lầm, sai trái của mình, như 返省 *phản tỉnh* (quay lại xét lỗi mình mà sửa đổi)

看 **khán** → xem, nhìn, như 看者 *khán giả* (người xem), 看他上流 *khán tha thượng lưu* (xem theo những bậc cao thượng khác)

矜 **căng** → kiêu căng, cao ngạo, như 若不捐矜, 誠難輪迴 *nhược bất quyên căng, thành nan luân hoán* (nếu như không dứt bỏ sự kiêu căng, thật khó mà thay đổi được)

研 **nghiên** → xem xét cặn kẽ, nghiên cứu, như 研機精要 *nghiên cơ tinh yếu* (xem xét cặn kẽ những chỗ cốt lõi tinh yếu)

穿 **xuyên** → thủng lỗ, như 縠穿雀飛 *hộc xuyên tước phi* (dải lụa thủng lỗ con chim bay qua)

紅 **hồng** → màu hồng, như 紅藕 *hồng ngẫu* (ngó sen hồng)

耶 **da** → trợ từ cuối câu hỏi, như 云何名為邪正真偽大小偏圓耶? *Vân hà danh vi tà, chánh, chân, ngụy, đại, tiểu, thiên, viên da?* (Thế nào gọi là tà vạy, chính đáng, chân thật, dối trá, rộng lớn, nhỏ hẹp, thiên lệch, viên mãn?)

背 **bội** → trái nghịch, xung khắc, như 常相違背 *thường tương vi bội* (thường trái nghịch với nhau)

胎 **thai** → bào thai, như 懷胎 *hoài thai* (mang thai)

致 **trí** → đến cùng, làm xong, như 一生可致 *nhất sanh khả trí* (một đời có thể làm xong)

荏 **nhiễm** → dùng trong từ ghép 荏苒 *nhẫm nhiễm* để nói về thời gian thấm thoát trôi qua rất nhanh, như 荏苒一生殊無所益 *nhẫm nhiễm nhất sanh thù vô sở ích* (thoát chốc đã qua hết một đời không được chút ích lợi gì)

苟 **cẩu** → ví bằng, ví như 苟知而不行 *cẩu tri nhi bất hành* (ví như biết mà không làm)

若 **nhược** → nếu như, như 若不捐矜 *nhược bất quyên căng* (nếu như không dứt bỏ sự kiêu căng)

苦 **khổ** → đau khổ, như 樂是苦因 *lạc thị khổ nhân* (vui là nguyên nhân của đau khổ)

要 **yếu** → cần thiết, thiết yếu, như 遠行要假良朋 *viễn hành yếu giả lương bằng* (đi xa cần thiết phải có bạn hiền)

計 **kế** → lập kế, tính toán, mưu tính, như 計無所出 *kế vô sở xuất* (không nghĩ ra được cách gì), 孰計別離之淚 *Thục kế biệt ly chi lệ?* (Ai tính lường được hết nước mắt biệt ly?)

負 **phụ** → phụ bạc, phụ rẫy, như 孤負四恩 *cô phụ tứ ân* (phụ cả bốn ơn)

軌 **quỹ** → phép tắc, như 軌則威儀 *quỹ tắc oai nghi* (oai nghi phép tắc)

軍 **quân** → quân đội, lực lượng, như 魔軍 *ma quân* (lực lượng của ma, nghĩa là những điều xấu ác)

迦 **ca** → dùng trong phiên âm danh hiệu Phật Śākya 釋迦 *Thích-ca*.

迫 **bách** → thúc ép, buộc phải làm gì, như 逼迫 *bức bách* (dùng sức mạnh thúc ép buộc phải làm gì)

述 **thuật** → soạn thuật, viết ra, như 述為懺摩 *thuật vi sám-ma* (soạn thành sám pháp)

重 **trọng** → nặng, như 重處偏墜 *trọng xứ thiên trụy* (nghiêng rơi về phía nặng)

陋 **lậu** → xấu xí, kém cỏi, như 鄙陋 *bỉ lậu* (thô lậu kém cỏi)

面 **diện** → mặt, quay mặt nhìn, như 觸事面牆 *xúc sự diện tường* (gặp việc quay mặt vào tường, nghĩa là không biết cách ứng phó)

革 **cách** → dẹp, bỏ đi, như 革職 *cách chức* (bỏ không cho giữ chức vụ hiện tại nữa), 革諸猥弊 *cách chư ổi tệ* (dẹp bỏ những điều tồi tệ)

風 **phong** → gió, như 巧風吹之 *xảo phong xuy chi* (gió vừa thổi qua), 2. nền nếp, phong khí, như 紹繼門風 *thiệu kế môn phong* (nối tiếp nghiệp nhà)

飛 **phi** → bay, như 雀飛 *tước phi* (chim sẻ bay)

食 **thực** → ăn, thức ăn, như 衣食 *y thực* (chuyện ăn mặc)

首 **thủ** → đầu, như 白首 *bạch thủ* (bạc đầu)

乘 **thừa** → chiếc xe, dùng theo nghĩa bóng để chỉ các pháp môn tu tập, như xe chở người, nên 大乘 *Đại thừa* là pháp cứu độ được nhiều người, 小乘 *Tiểu thừa* xem việc tự giải thoát là chính, không hướng đến độ thoát tất cả chúng sanh, 上乘 *thượng thừa* chỉ cho pháp môn rốt ráo cao nhất.

修 **tu** → tu sửa, tu tập, như 努力勤修 *nỗ lực cần tu* (chuyên cần nỗ lực tu tập), 修身 *tu thân* (tu sửa tự thân cho tốt hơn)

俱 **câu** → đều, đủ cả, cùng nhau, như 心境俱捐 *tâm cảnh câu quyên* (tâm với cảnh đều cùng quên cả), 父母俱存 *phụ mẫu câu tồn* (cha mẹ đều còn đủ cả)

俾 **tỉ** → khiến cho, như 俾得佛日重輝 *tỉ đắc Phật nhật trùng huy* (khiến cho mặt trời Phật pháp lại rực sáng)

倍 **bội** → thêm, hơn nữa, như 倍難 *bội nan* (càng khó khăn hơn)

倒 **đảo** → đảo ngược, lộn nhào, như 一時倒下可憐 *đảo hạ* (đảo ngược xuống)

倚 **ỷ** → dựa vào, nương theo, như 几倚 *kỷ ỷ* (ghế dựa), 倚松之葛 *ỷ tùng chi cát* (dây leo dựa theo cây tùng)

倣 **phỏng** → bắt chước, làm theo, như 倣傚 *phỏng hiệu* (bắt chước theo giống như)

倦 **quyện** → mỏi mệt, như 厭倦 *yếm quyện* (chán mệt)

倨 **cứ** → ngông nghênh xấc láo, như 惟知倨傲 *duy tri cứ ngạo* (chỉ biết ngông nghênh cao ngạo)

倫 **luân** → loại, bậc, như 僧倫 *tăng luân* (hàng ngũ những người xuất gia)

值 **trực** → gặp gỡ, như 又值善友 *hựu trực thiện hữu* (lại được gặp bạn lành)

兼 **kiêm** → gồm cả, kèm theo, như 自他兼濟 *tự tha kiêm tế* (cả mình và người khác đều được cứu độ)

冥 **minh** → mịt mờ tối tăm, như 道路冥冥 *đạo lộ minh minh* (đường đi mờ mịt)

凍 **đống** → nước đông lại (vì lạnh), như 冰凍始凝 *băng đống thủy ngưng* (băng giá vừa đông lại)

剛 **cương** → bền cứng, dùng trong 金剛 *kim cương* (kim cương)

原 **nguyên** → ban đầu, vốn là, như 發心原為修行 *phát tâm nguyên vi tu hành* (phát tâm vốn là để tu hành)

哺 **bộ** → mớm cho ăn, như 乳哺 *nhũ bộ* (bú mớm, chỉ việc mẹ nuôi con)

夏 **hạ** → mùa hạ, dùng trong 華夏 *Hoa Hạ* (tên gọi do người Trung Hoa ngày xưa tự xưng)

奚 **hề** → trợ từ, dùng đặt câu hỏi, như 臨渴掘井奚為 *lâm khát quật tỉnh hề vi?* (lúc khát nước mới đi đào giếng làm gì?)

娑 **sa** → từ dùng trong phiên âm chữ Sahā 娑婆 *Sa-bà*, cũng đọc là *Ta-bà*, chỉ thế giới chúng ta đang sống.

宰 **tể** → người đứng đầu, giữ chức vụ cao nhất, như 主宰 *chủ tể* (vị chủ nhân đứng đầu)

家 **gia** → nhà, gia đình, như 出家 *xuất gia* (lìa bỏ, rời khỏi gia đình), 家業 *gia nghiệp* (sự nghiệp của gia đình, nghiệp nhà)

容 **dung** → dáng vẻ, như 容貌 *dung mạo* (vẻ người, vẻ mặt)

尅 **khắc** → định thời gian chính xác, như 尅日完成 *khắc nhật hoàn thành* (định ngày hoàn thành), 寧尅 *ninh khắc* (há định trước được sao?)

峨 **nga** → cao lớn, cao ngất, như 峨峨積骨 *nga nga tích cốt* (xương chất thành đống cao ngất)

差 **sai** → sai lệch, không giống, như 差別 *sai biệt* (khác biệt nhau)

師 **sư** → thầy dạy, như 明師 *minh sư* (bậc thầy dạy sáng suốt), 剃髮稟師 *thế phát bẩm sư* (cắt tóc, vâng theo lời thầy, nghĩa là theo thầy học đạo)

席 **tịch** → chiếc chiếu, chỗ ngồi, dùng nghĩa bóng chỉ chức vụ hoặc nơi chốn, như 主席 *chủ tịch* (người giữ chức vụ đứng đầu), 毘尼法席 *Tỳ-ni pháp tịch* (nơi đến để học hỏi giới luật)

座 **tọa** → chỗ ngồi, dùng chỉ vai vế, cấp bậc, như 上座 *thượng tọa* (vị trưởng thượng, cao niên)

庭 **đình** → sân nhà, như 廣宇閑庭 *quảng vũ nhàn đình* (nhà to sân rộng)

徒 **đồ** → không có gì, như 徒手 *đồ thủ* (tay không), 徒消 *đồ tiêu* (mất sạch không được gì)

恐 **khủng** → sợ,, sợ rằng, như 只恐萬劫千生 *chỉ khủng vạn kiếp thiên sanh* (chỉ sợ trong muôn kiếp ngàn đời)

恙 **dạng** → bệnh tật, bất ổn, như 無恙 *vô dạng* (không việc gì, nghĩa là được bình thường)

恥 **sỉ** → xấu hổ, lấy làm nhục, như 可羞可 *khả tu khả sỉ* (thật đáng thẹn đáng nhục)

恩 **ân** → ơn, như 四恩 *tứ ân* (bốn ơn)

息 **tức** → 1. hơi thở, như 數息 *số tức* (đếm hơi thở), 轉息即是來生 *chuyển tức tức thị lai sanh* (đổi hơi thở đã sang qua kiếp khác) 2. dứt bỏ, cắt đứt, dừng lại, như 休息 *hưu tức* (dừng nghỉ), 息意忘緣 *tức ý vong duyên* (lắng dừng tâm ý, quên hết các duyên)

悔 **hối** → hối tiếc, ân hận, như 後悔難追 *hậu hối nan truy* (về sau hối tiếc khó lòng quay trở lại)

悟 **ngộ** → hiểu ra, biết rõ được, như 契悟 *khế ngộ* (hợp ý mà hiểu ra)

振 **chấn** → chấn chỉnh, nâng cao lên, như 振起 *chấn khởi* (phấn chấn phát khởi)

挺 **đĩnh** → vượt trội, hơn người, như 天挺之資 *thiên đĩnh chi tư* (tư chất trời sinh vượt trội), 挺特 *đĩnh đặc* (đặc biệt hơn người)

挽 **vãn** → kéo lại, như 挽回 *vãn hồi* (kéo lại, làm cho trở lại như xưa)

捐 **quyên** → dứt bỏ, quên đi, như 心境俱捐 *tâm cảnh câu quyên* (tâm và cảnh đều quên sạch), 若不捐矜 *nhược bất quyên căng* (nếu như không dứt bỏ sự kiêu căng)

效 **hiệu** → hết sức, đến cùng, như 報效 *báo hiệu* (hết sức báo đền)

料 **liệu** → tính trước, lường trước sự việc, như 料定 *liệu định* (tính trước để quyết định sự việc), 想料 *tưởng liệu* (suy xét và tính trước sự việc)

時 **thời** → thời gian, lúc, như 何時休息 *hà thời hưu tức* (có lúc nào dừng nghỉ đâu), 時光淹沒 *thời quang yểm một* (ngày giờ qua đi mất)

晏 **yến** → yên ổn, bình yên, như 晏然 *yến nhiên* (yên ổn như vậy)

根 **căn** → gốc rễ, căn do, như 善根 *thiện căn* (căn lành, nghĩa là những điều thiện đã làm trước đây)

殊 **thù** → rất, hết sức, như 殊妙 *thù diệu* (rất tốt đẹp)

85

殷 **ân** → đầy đủ, như 殷富 *ân phú* (giàu có thịnh vượng), 受用殷繁 *thọ dụng ân phồn* (nhận dùng rất nhiều, đầy đủ)

氣 **khí** → tinh thần, khí lực, như 意氣 *ý khí* (tâm ý khí lực)

浮 **phù** → trôi nổi, không chắc chắn, như 世自浮虛 *thế tự phù hư* (đời trôi nổi không thật)

海 **hải** → biển, như 四海 *tứ hải* (bốn biển)

涅 **niết** → dùng trong phiên âm chữ Nirvāṇa 涅槃 Niết-bàn, dịch nghĩa là tịch diệt, chỉ cảnh giới chứng đắc rốt ráo của chư Phật.

消 **tiêu** → tiêu mất, tiêu tan, như 徒消 *đồ tiêu* (tiêu mất chẳng được gì)

涉 **thiệp** → có liên quan đến, như 不涉典章 *bất thiệp điển chương* (không liên quan đến kinh điển)

烈 **liệt** → cứng rắn, không khuất phục, như 烈士 *liệt sĩ* (người chết vì không chịu khuất phục), 決烈 *quyết liệt* (quyết tâm mạnh mẽ, không chịu khuất phục, thối chí)

烊 **dương** → nấu chảy ra, như 烊銅 *dương đồng* (nước đồng sôi, nấu chảy lỏng ra)

特 **đặc** → đặc biệt, khác người, như 特達之懷 *đặc đạt chi hoài* (hoài bão lớn lao khác người)

珠 **châu** → hạt châu, loại ngọc quý, như 寶珠 *bảo châu* (châu báu)

留 **lưu** → chú ý, để ý đến, như 留心 *lưu tâm* (để tâm lưu ý đến điều gì)

畜 **súc** → súc vật, loài vật, như 畜生 *súc sanh* (các loài thú nói chung)

疲 **bì** → mỏi mệt, như 升沈疲極 *thăng trầm bì cực* (chìm nổi hết sức mỏi mệt)

疾 **tật** → bệnh tật, như 臥疾在牀 *ngọa tật tại sàng* (bệnh nằm tại giường)

病 **bệnh** → đau ốm, có bệnh, như 老病 *lão bệnh* (già và bệnh)

益 **ích** → lợi ích, tăng thêm, như 廣益 *quảng ích* (rộng làm lợi ích cho nhiều người)

真 **chân** → chân thật, như 真源 *chân nguyên* (cội nguồn chân thật). Chữ này cũng thường viết là 眞.

破 **phá** → phá vỡ, phá tan, như 破三界二十五有 *phá tam giới nhị thập ngũ hữu* (phá tan hai mươi lăm cảnh có trong ba cõi)

神 **thần** → thần, trong 精神 tinh thần, để chỉ phần ý chí, khí lực của con người, như 蘊素精神 *uẩn tố tinh thần* (tích chứa sự trong sạch tinh thần)

笑 **tiếu** → cười, như 可笑可憐 *khả tiếu khả lân* (đáng cười đáng thương)

粉 **phấn** → nát nhỏ, bị nghiền nát vụn, như 粉身碎骨 *phấn thân toái cốt* (tan xương nát thịt)

素 **tố** → tinh khiết, trong sạch, như 原素 *nguyên tố* (chất tinh khiết không pha trộn), 素心 *tố tâm* (tấm lòng trong sạch)

紡 **phưởng** → kéo tơ, kéo sợi dệt vải, như 紡織不已 *phưởng chức bất dĩ* (kéo dệt không ngừng)

翁 **ông** → **1.** chỉ người lớn tuổi hoặc có chức vị, có ý tôn quý, như 閻翁 *Diêm ông* (tức Diêm vương); **2.** cha, như 舊是翁而新作夫 *cựu thị ông nhi tân tác phu* (trước là cha nay lại làm chồng)

耕 **canh** → cày ruộng, như 竭力躬耕 *kiệt lực cung canh* (đem hết sức lực tự mình cày ruộng)

能 **năng** → có khả năng, có thể làm được điều gì, như 若能不退 *nhược năng bất thối* (như có thể không thối lui), 未能頓超 *vị năng đốn siêu* (chưa thể tức thời vượt thoát)

航 **hàng** → con thuyền, như 舟航 *chu hàng* (thuyền bè nói chung)

茫 **mang** → mịt mờ, không rõ, như 前路茫茫 *tiền lộ mang mang* (đường phía trước mịt mờ không rõ)

茲 **tư** → đây, này, ấy..., như 因茲被惑 *nhân tư bị hoặc* (do nơi đây mà chịu mê lầm)

荏 **nhẫm** → dùng trong cụm từ 荏苒 *nhẫm nhiễm* để chỉ thời gian thấm thoát qua nhanh, như 荏苒一生殊無所益 *nhẫm nhiễm nhất sanh thù vô sở ích* (thấm thoát qua hết một đời thật không chút ích lợi)

荒 **hoang** → phóng túng, không giữ gìn phép tắc, như 言行荒疎 *ngôn hành hoang sơ* (lời nói và việc làm phóng túng, lơ đễnh)

蚤 **tảo** → sớm, như 自恨蚤不預修 *tự hận tảo bất dự tu* (tự hận mình sớm không lo tu)

衰 **suy** → suy yếu, sa sút, như 衰殘至此 *suy tàn chí thử* (suy kém tàn lụi cho đến mức ấy)

訖 **ngật** → xong, hết, hoàn tất, như 周訖 *chu ngật* (khắp thảy trọn thành)

託 **thác** → ký thác, nhờ vào, như 附託勝因 *phụ thác thắng nhân* (ký thác nương cậy vào nhân lành cao trội)

記 **kí** → ghi nhớ, như 莫記莫憶 *mạc ký mạc ức* (không ghi nhớ, không tưởng đến)

豈 **khởi** → nghi vấn từ, như 豈不見 *khởi bất kiến* (chẳng thấy hay sao?), 豈無憂懼 *khởi vô ưu cụ* (không lo lắng sợ sệt hay sao?)

起 **khởi** → đứng lên, đứng dậy, như 食畢先起 *thực tất tiên khởi* (ăn xong đứng dậy trước)

躬 **cung** → tự thân làm điều gì, như 躬逢舍利 *cung phùng xá-lợi* (tự thân được gặp xá-lợi Phật)

迷 **mê** → mê lầm, không biết, không thức tỉnh, như 從迷至迷 *tùng mê chí mê* (từ mê lầm đến mê lầm)

追 **truy** → quay lại chuyện đã qua, như 追念 *truy niệm* (tưởng niệm chuyện đã qua), 後悔難追 *hậu hối nan truy* (về sau hối tiếc khó lòng quay lại được)

退 **thối** → lui, lùi lại, như 若能不退 *nhược năng bất thối* (nếu như có thể không thối lui)

逃 **đào** → trốn, lánh, như 誠難逃避 *thành nan đào ty* (thật khó trốn lánh)

逆 **nghịch** → trái, ngược, không thuận, như 忠言逆耳 *trung ngôn nghịch nhĩ* (lời nói thẳng trái tai, nghĩa là khó nghe)

迥 **huýnh** → xa xôi vắng vẻ, cách biệt hẳn, như 迥脫塵世 *quýnh thoát trần thế* (lánh xa chốn trần thế)

針 **châm** → cây kim, như 針鑽 *châm toàn* (kim đâm)

除 **trừ** → trừ bỏ, dứt bỏ, như 有過不除 *hữu quá bất trừ* (có lỗi không trừ bỏ)

骨 **cốt** → xương, như 骨肉都糜 *cốt nhục đô mi* (xương thịt đều nát nhừ)

高 **cao** → cao, vượt trội hơn, như 高德 *cao đức* (có đức độ hơn người), 高年 *cao niên* (lớn tuổi), 及至年高臘長 *cập chí niên cao lạp trưởng* (cho đến khi tuổi đời cao, tuổi hạ nhiều)

鬼 **quỷ** → ma quỷ, như 無常殺鬼 *vô thường sát quỷ* (con quỷ vô thường giết người)

乾 **kiền** → khô ráo, như 推乾去濕 *suy kiền khứ thấp* (đẩy tới chỗ khô, tránh chỗ ướt)

倏 **thúc** → rất nhanh, như 倏忽 *thúc hốt* (thoáng chốc), 倏往忽來 *thúc vãng thúc lai* (chợt qua chợt lại, nghĩa là di chuyển rất nhanh chóng)

假 **giả** → không thật, không đúng, như 假衆緣而共成 *giả chúng duyên nhi cộng thành* (các nhân duyên giả hợp mà thành), 假使 *giả sử* (chuyện không có thật nhưng đưa ra để ví dụ)

偏 **thiên** → thiên lệch, nghiêng về một bên, như 重處偏墜 *trọng xứ thiên trụy* (rơi theo về chỗ nặng nề)

偕 **giai** → cùng, đều, như 偕諸善友，同到道場 *giai chư thiện hữu đồng đáo đạo trường* (cùng các vị thiện hữu đều đến nơi đạo trường)

做 **tố** → làm, như 尚做凡夫 *thượng tố phàm phu* (hãy còn làm phàm phu)

停 **đình** → dừng lại, như 念念不停 *niệm niệm bất đình* (phút giây không hề dừng lại)

偷 **thâu** → tạm bợ, qua loa, như 偷安 *thâu an* (tạm thời an ổn)

偽 **ngụy** → dối trá, như 名之為偽 *danh chi vi ngụy* (gọi là dối trá)

動 **động** → lay động, làm lay động, như 動他心念 *động tha tâm niệm* (làm lay động trong lòng người khác)

勖 **húc** → khuyến khích, như 戒勖比丘 *giới húc tỳ-kheo* (khuyến khích ngăn ngừa các vị tỳ-kheo)

務 **vụ** → việc, sự vụ, như 急務 *cấp vụ* (việc gấp rút)

匐 **bặc** → trong cụm từ 匍匐 *bồ bặc*, xem ở chữ 匍 *bồ*.

區 **khu** → dùng trong định ngữ 區區 *khu khu* (mỏn mọn, nhỏ nhặt)

唯 **duy** → chỉ, duy nhất, như 唯為生死 *duy vi sanh tử* (chỉ vì hiệu sống chết), nghĩa tương tự như chữ 惟.

唱 **xướng** → nói ra, đề xướng, như 傳唱 *truyền xướng* (nói ra cho nhiều người biết)

商 **thương** → buôn bán, như 商賈 *thương cổ* (khách buôn)

問 **vấn** → hỏi, như 博問先知 *bác vấn tiên tri* (rộng hỏi những người đã biết trước)

啓 **khải** → mở ra, như 啟門 *khải môn* (mở cửa), 啓創 *khải sáng* (mở bày ra, sáng lập ra)

啖 **đạm** → ăn, như 啖其親而未識 *đạm kỳ thân nhi vị thức* (ăn thịt cha mẹ mà không hay biết)

啟 **khải** → khai mở, làm lộ ra, như 啟悟真源 *khải ngộ chân nguyên* (mở thấy cội nguồn chân thật)

國 **quốc** → nước, như 國家 *quốc gia* (nước nhà, chỉ chung cả đất nước), 安國 *an quốc* (làm cho đất nước được an ổn)

執 **chấp** → nắm giữ, như 執持名號 *chấp trì danh hiệu* (nắm giữ, duy trì niệm danh hiệu Phật)

堂 **đường** → rõ ràng, như 堂堂僧相 *đường đường tăng tướng* (rõ ràng hình tướng một vị tăng)

堅 **kiên** → cứng chắc, kiên cố, như 願力最堅 *nguyện lực tối kiên* (nguyện lực là kiên cố nhất)

婆 **bà** → dùng trong cụm từ 婆羅門 *bà-la-môn* để phiên âm tiếng Phạn là Brāhmana.

婦 **phụ** → người vợ, như 昔為母而今為婦 *tích vi mẫu nhi kim vi phụ* (trước kia làm mẹ, nay lại làm vợ)

孰 **thục** → ai, dùng trong câu hỏi, như 孰計別離之淚 Thục kế biệt ly chi lệ? (Ai đong lường được lượng nước mắt biệt ly?)

宿 **túc** → đã có trước đây, xưa kia, như 宿物 *túc vật* (đồ cũ), 宿植善根 *túc thực thiện căn* (căn lành đã trồng từ trước)

寂 **tịch** → lặng lẽ, yên vắng, như 心空境寂 *tâm không cảnh tịch* (tâm rỗng rang, cảnh vắng lặng)

寇 **khấu** → giặc, kẻ cướp, như 寇仇 *khấu thù* (giặc thù)

將 **tương** → muốn, định làm gì, như 將謂出家貴求衣食 *tương vị xuất gia quý cầu y thực* (toan nói rằng xuất gia quý ở việc cầu ăn mặc)

屠 **đồ** → lò mổ, lò sát sinh, như 牽豕就屠 *khiên thỉ tựu đồ* (dắt lợn vào lò mổ)

崇 **sùng** → cao, như 崇山 *sùng sơn* (núi cao)

帶 **đái** → đeo, mang theo, như 披毛帶角 *phi mao đái giác* (mang lông đeo sừng)

常 **thường** → thường, lúc nào cũng vậy, như 常以如此 *thường dĩ như thử* (thường lấy việc như thế), 無常 *vô thường* (không thường tồn)

庸 **dung** → tầm thường, như 庸人 *dung nhân* (người tầm thường), 庸鄙 *dung bỉ* (thấp hèn, tầm thường)

張 **trương** → họ Trương, như 今則張王難記 *kim tắc Trương Vương nan ký* (nay thì họ Trương, họ Vương cũng khó nhớ lại)

得 **đắc** → được, có được, như 所得 *sở đắc* (những gì có được), 難得 *nan đắc* (khó được)

徙 **tỉ** → dời đi, từ nơi này sang nơi khác, như 頻頻遷徙 *tần tần thiên tỉ* (luôn luôn dời chuyển)

從 **tùng** → từ nơi, do nơi, như 從心變起 *tùng tâm biến khởi* (từ nơi tâm biến hiện ra)

悉 **tất** → hết thảy, toàn bộ, như 從心變起悉是假名 *tùng tâm biến khởi tất thị giả danh* (từ nơi tâm biến hiện, hết thảy đều là giả danh)

悠 **du** → rong chơi, dùng trong 悠遊 *du du* (nhàn rỗi, chẳng có việc gì làm), 悠遊卒歲 *du du tốt tuế* (nhàn rỗi đến hết năm)

患 **hoạn** → mối lo, sự nguy hại, như 深知過患 *thâm tri quá hoạn* (hiểu thấu sự nguy hại của tội lỗi)

情 **tình** → tánh tình, cảm xúc, như 情存粗糙 *tình tồn thô tháo* (còn giữ những tánh tình thô thiển)

惚 **hốt** → dùng trong cụm từ 恍惚 *hoảng hốt*, xem ở chữ 恍 *hoảng*.

惜 **tích** → quý tiếc, không muốn để mất, như 可惜光陰 *khả tích quang âm* (thời gian đáng tiếc, nghĩa là không nên để luống qua vô ích)

惟 **duy** → chỉ, chỉ có, như 惟一 *duy nhất* (chỉ có một), 惟知倨傲 *duy tri cứ ngạo* (chỉ biết ngông nghênh cao ngạo), nghĩa tương tự như chữ 唯.

捨 **xả** → bỏ, buông bỏ, như 心無暫捨 *tâm vô tạm xả* (tâm không lúc nào tạm rời)

掃 **tảo** → quét dọn, làm sạch, như 祭掃 *tế tảo* (chỉ việc cúng tế tổ tiên và tảo mộ)

掘 **quật** → đào, như 掘井 *quật tỉnh* (đào giếng)

接 **tiếp** → đón nhận, tiếp đón, như 接引 *tiếp dẫn* (tiếp nhận dẫn dắt)

推 **suy** → suy luận, suy ra, như 以理推之 *dĩ lý suy chi* (theo lý mà suy)

措 **thố** → bắt tay làm việc gì, như 措手不及 *thố thủ bất cập* (ra tay làm không kịp), 舉措 *cử thố* (chỉ chung mọi hành động, việc làm)

救 **cứu** → cứu vớt, cứu giúp, như 救度眾生 *cứu độ chúng sanh* (cứu giúp, hóa độ chúng sinh)

敕 **sắc** → lời dạy, mệnh lệnh phải làm theo, như 導師有敕 *đạo sư hữu sắc* (bậc đạo sư đã có lời dạy phải làm theo), chiếu mệnh của vua ban xuống cũng gọi là sắc.

教 **giáo** → lời dạy, như 教理 *giáo lý* (những điều răn dạy), 佛教 *Phật giáo* (những điều Phật dạy)

既 **ký** → đã là, đã vậy, như 飲食既必 *ẩm thực ký tất* (ăn uống đã xong rồi), 彼既丈夫 *bỉ ký trượng phu* (người kia đã là trượng phu)

晚 **vãn** → muộn, hết, như 年晚 *niên vãn* (lúc tuổi già), 歲晚 *tuế vãn* (cuối năm)

晦 **hối** → ẩn, không cho người khác biết đến, như 晦跡韜名 *hối tích thao danh* (ẩn giấu hình tích, tên tuổi)

望 **vọng** → mong mỏi, như 伏望 *phục vọng* (cúi mong)

梁 **lương** → cái xà nhà, dùng với chữ 棟 *đống* (trụ cột) thành cụm từ 棟梁 *đống lương* (cũng dùng 梁棟 *lương đống*) để chỉ người quan trọng, gánh vác chuyện trọng yếu.

條 **điều** → điều khoản, mục trong các văn bản, như 條章 *điều chương* (phân thành điều khoản rõ ràng)

棄 **khí** → bỏ đi, như 虛棄 *hư khí* (luống bỏ đi chẳng được gì), 棄離 *khí ly* (dứt bỏ rời đi)

欲 **dục** → muốn, như 若欲參禪學道 *nhược dục tham thiền học đạo* (nếu như muốn tham thiền học đạo)

殺 **sát** → giết chết, như 殺人 *sát nhân* (giết người)

淚 **lệ** → nước mắt, như 別離之淚 *biệt ly chi lệ* (nước mắt chia ly)

淤 **ứ** → ứ đọng, như 沒在淤泥 *một tại ứ nê* (chìm lấp trong bùn đọng)

淨 **tịnh** → trong sạch, như 淨如冰雪 *tịnh như băng tuyết* (trong sạch như băng tuyết)

淪 **luân** → chìm đắm, như 歿後沉淪 *một hậu trầm luân* (sau khi chết phải bị chìm đắm)

深 **thâm** → sâu, như 深奧 *thâm áo* (sâu xa kín đáo, nghĩa là rất khó hiểu được thấu hết)

淵 **uyên** → vực sâu, như 迷悟天淵 *mê ngộ thiên uyên* (mê với ngộ một trời một vực)

淹 **yểm** → mất, như 時光淹沒 *thời quang yểm một* (thời gian trôi qua mất hết)

淺 **thiển** → cạn, như 根淺 *căn thiển* (rễ cạn)

清 **thanh** → trong sạch, làm trong sạch, như 清於耳目 *thanh ư nhĩ mục* (làm trong sạch tai mắt, nghĩa là chỉ nghe thấy những điều hay lẽ phải)

烹 **phanh** → nấu, đun cho chín, như 龜之將烹 *quy chi tương phanh* (con rùa chuẩn bị đem nấu)

焉 **yên** → sao, trợ từ dùng đặt câu hỏi, như 焉知常受佛恩 *yên tri thường thọ Phật ân?* (sao biết được thường chịu ơn Phật?)

牽 **khiên** → dắt, dẫn đi, như 強者先牽 *cường giả tiên khiên* (người mạnh dắt đi trước)

犁 **lê** → 1. cái cày, như 耕以念佛之犁 *canh dĩ niệm Phật chi lê* (cày bằng lưỡi cày niệm Phật); 2. dùng trong phiên âm chữ niraya 泥犁 nê-lê (địa ngục), như 墮泥犁中 *đọa nê-lê trung* (đọa vào địa ngục)

猛 **mãnh** → mạnh mẽ, hung hãn, như 猛火 *mãnh hỏa* (lửa dữ, lửa cháy mạnh)

現 **hiện** → hiện nay, như 現前 *hiện tiền* (ngay trước mắt)

理 **lý** → lý lẽ, điều hợp lý lẽ, như 義理 *nghĩa lý* (lý lẽ và ý nghĩa), 教理 *giáo lý* (những lý lẽ đưa ra để dạy dỗ)

畢 **tất** → hoàn tất, làm xong, như 食畢先起 *thực tất tiên khởi* (ăn xong đứng dậy trước)

略 **lược** → sơ lược, lướt qua, như 略而言之 *lược nhi ngôn chi* (lược nói qua), thường dùng hơn là chữ 畧.

畧 **lược** → sơ lược, chọn lấy một số điểm cốt yếu nhất, như 史畧 *sử lược* (chỉ tóm tắt những điểm chính trong lịch sử), 畧伸管見 *lược thân quản kiến* (trình bày sơ lược chỗ thấy biết hẹp hòi), có khi cũng dùng chữ 略.

異 **dị** → khác, không giống, như 異俗 *dị tục* (khác với người thế tục)

眷 **quyến** → thân quyến, người thân, như 眷屬 *quyến thuộc* (họ hàng thân quyến)

眼 **nhãn** → con mắt, như 天眼 *thiên nhãn* (mắt trời, phép thần thông nhìn thấu suốt không chướng ngại)

眾 **chúng** → cũng viết là 衆, chỉ đám đông, số nhiều, như 眾生 *chúng sanh* (tất cả các loài có sự sống), 眾緣 *chúng duyên* (các duyên), 眾苦 *chúng khổ* (các nỗi khổ não)

祭 **tế** → cúng tế, như 供承祭祀 *cung thừa tế tự* (vâng lo việc cúng tế, thừa tự)

移 **di** → di chuyển, dời đi, như 寸步不移 *thốn bộ bất di* (tấc bước chẳng dời đi)

窒 **trất** → vướng mắc, như 窒礙難行 *trất ngại nan hành* (vướng mắc, trở ngại khó đi), 來世窒塞 *lai thế trất tắc* (đời sau phải vướng mắc, ngăn lấp)

章 **chương** → một phần trong văn bản, được chia ra rõ ràng, rành mạch, như 典章 *điển chương* (chỉ chung kinh điển), 條章 *điều chương* (chỉ chung các điều giới luật)

第 **đệ** → thứ hạng, như 第二因緣 *đệ nhị nhân duyên* (nhân duyên thứ hai)

粒 **lạp** → hạt, vật thể nhỏ, như 粒米 *lạp mễ* (hạt gạo)

粗 **thô** → thô sơ, như 去粗存精 *khứ thô tồn tinh* (bỏ cái thô sơ, còn lại cái tinh tế), dùng trong từ ghép 粗糙 *thô tháo* để chỉ những gì chưa được tinh luyện, làm kỹ, như 情存粗糙 *tình tồn thô tháo* (còn giữ những tánh tình thô thiển)

累 **luy** → chồng chất thêm lên, như 積累 *tích lũy* (gom chứa lại, chồng chất lên nhau ngày càng nhiều)

細 **tế** → tinh tế, như 微細 *vi tế* (nhỏ nhặt tinh tế), 仔細 *tử tế* (cẩn thận, kỹ lưỡng từng chút một)

紹 **thiệu** → nối tiếp, như 紹隆聖種 *thiệu long thánh chủng* (nối tiếp làm hưng thịnh dòng giống thánh, tức là đạo pháp)

終 **chung** → kết thúc, hết, như 終身歷劫 *chung thân lịch kiếp* (trọn đời suốt kiếp)

絆 **bán** → trói buộc, ngăn trở, như 縈絆 *oanh bán* (trói buộc vây quanh)

羞 **tu** → hổ thẹn, xấu hổ, như 可羞 *khả tu* (đáng hổ thẹn)

習 **tập** → lặp đi lặp lại nhiều lần để thành quen thuộc, thông thạo, như 學習 *học tập* (học biết và tập luyện), 狎習 *hiệp tập* (thường quen biết gần gũi, làm theo)

脫 **thoát** → thoát ra khỏi, như 解脫 *giải thoát* (cứu thoát ra khỏi nơi nào, điều gì), 迥脫塵世 *quýnh thoát trần thế* (xa rời, thoát khỏi nơi trần thế)

船 **thuyền** → con thuyền, như 乘大願船 *thừa đại nguyện thuyền* (đi trên con thuyền đại nguyện)

莊 **trang** → nghiêm trang, kính cẩn, như 莊嚴 *trang nghiêm* (trang trọng nghiêm cẩn)

莫 **mạc** → đừng, không nên, như 莫斷莫續 *mạc đoạn mạc tục* (không cắt đứt cũng không nối tiếp), 莫徇人情 *mạc tuần nhân tình* (đừng chiều theo tình thường của con người)

莽 **mãng** → rậm rạp, um tùm, chất đống, như 莽莽橫屍 *mãng mãng hoành thi* (thây chất hàng đống)

處 **xứ** → nơi chốn, chỗ, như 處處同爲法侶 *xứ xứ đồng vi pháp lữ* (ở nơi nào cũng đều làm bạn đồng tu)

虛 **hư** → 1. không có kết quả gì, uổng, luống, như 此行不虛 *thử hành bất hư* (chuyến đi này chẳng uổng công, nghĩa là có kết quả), 虛霑信施 *hư triêm tín thí* (uổng nhận của tín thí, nghĩa là nhận hưởng mà không làm được gì), 時光亦不虛棄 *thời quang diệc bất hư khí* (thời gian cũng không luống mất) **2.** trống không, giả dối không thật, như 世自浮虛 *thế tự phù hư* (đời chỉ là phù phiếm không thật)

袈 **ca** → dùng trong phiên âm chữ kaṣāya 袈裟 *ca-sa*, như 袈裟被體 *ca-sa bị thể* (thân khoác áo ca-sa)

被 **bị** → bị, chịu, như 或被輕言 *hoặc bị khinh ngôn* (hoặc bị người khinh chê)

訝 **nhạ** → lấy làm lạ, ngạc nhiên, như 感傷歎訝 *cảm thương thán nhạ* (lạ lùng thương cảm biết bao)

訪 **phóng** → tìm cầu, như 早訪明師 *tảo phóng minh sư* (sớm tìm cầu bậc thầy sáng suốt)

貪 **tham** → tham, ham muốn, như 貪戀世間 *tham luyến thế gian* (ham muốn lưu luyến chốn thế gian)

責 **trái** → trách móc, như 便責後生無禮 *tiện trách hậu sanh vô lễ* (liền trách kẻ hậu sanh vô lễ)

躭 **đam** → mê đắm, như 躭樂 *đam lạc* (mê vui), 躭味不休 *đam vị bất hưu* (mê đắm mùi vị không thôi)

逐 **trục** → tranh giành, theo đuổi để có được, như 盡逐利名 *tận trục lợi danh* (toàn là mưu cầu danh lợi)

途 **đồ** → đường lối, đường đi, như 歸途 *quy đồ* (đường về), 觸途成滯 *xúc đồ thành trệ* (đường đi đến phải ngưng trệ)

這 **giá** → này, đây, như 這邊那邊 *giá biên na biên* (bên này bên kia)

通 **thông** → thông suốt, như 只為久滯不通 *chỉ vi cửu trệ bất thông* (chỉ là ngăn ngại lâu ngày không thông suốt)

速 **tốc** → nhanh chóng, như 迅速 *tấn tốc* (hết sức nhanh chóng)

造 **tạo** → làm ra, gây nên, như 曉夕造惡, 即目交報 *hiểu tịch tạo ác tức mục giao báo* (sớm tối làm việc ác tức nhận lấy quả báo ngay trước mắt)

逢 **phùng** → gặp gỡ, như 躬逢舍利 *cung phùng xá-lợi* (tự thân được gặp xá-lợi Phật)

都 **đô** → đều, thảy, như 容貌都忘 *dung mạo đô vong* (dung mạo đều quên mất cả)

野 **dã** → thô lỗ, không thuần thục, như 說話太野 *thuyết thoại thái dã* (ăn nói hết sức thô lỗ), 疎野 *sơ dã* (buông lung thô lỗ)

陪 **bồi** → nương theo, cùng theo, như 我陪你去 *ngã bồi nhĩ chí* (tôi cùng đi theo với anh), 奉陪 *phụng bồi* (kính hầu theo), 叨陪 *thao bồi* (lạm được nương theo, cách nói khiêm tốn, tự cho là mình không xứng được)

陰 **âm** → bóng mặt trời, nghĩa bóng chỉ thời gian, như 不貴寸陰 *bất quý thốn âm* (không quý trọng tấc bóng trôi qua, nghĩa là bỏ phí thời gian)

陳 **trần** → trình bày, bày tỏ, như 非經不能陳此事 *phi kinh bất năng trần thử sự* (ngoài kinh điển ra thì không đâu nói rõ được chuyện này)

雀 **tước** → con chim nhỏ, chim sẻ, như 縠穿雀飛 *hộc xuyên tước phi* (dải lụa thủng lỗ con chim bay qua)

雪 **tuyết** → tuyết, hơi nước đông lại thành tuyết khi trời quá lạnh, như 氷雪 *băng tuyết* (tuyết và băng)

頂 **đỉnh** → nơi cao nhất, đỉnh, như 必窮其頂 *tất cùng kỳ đỉnh* (phải lên đến tận đỉnh)

傍 **bàng** → dựa theo, nương theo, như 談說乃傍於稽古 *đàm thuyết nãi bạng ư kê cổ* (luận bàn phải dựa theo những chuyện tích xưa), 依傍 *y bạng* (nương tựa vào)

備 **bị** → đủ, như 備受諸苦 *bị thọ chư khổ* (chịu đủ các khổ não)

傚 **hiệu** → giống như, như 倣傚 *phỏng hiệu* (bắt chước theo giống như)

割 **cát** → cắt đứt, như 割裂 *cát liệt* (cắt xé ra)

創 **sang** → mới, khởi đầu, như 創造 *sáng tạo* (vừa mới làm ra lần đầu), 啓創 *khải sáng* (khai mở lần đầu tiên)

勝 **thắng** → hơn xa, hơn hết, như 勝景 *thắng cảnh* (cảnh đẹp hơn xa những nơi khác), 勝因 *thắng nhân* (tác nhân cao trổi hơn hết, nghĩa là điều có thể nhân nơi đó nương theo mà được tiến bộ, lợi lạc, dùng để chỉ giáo lý do Phật truyền dạy)

勞 **lao** → nhọc nhằn, lao nhọc, như 徒勞 *đồ lao* (nhọc nhằn vô ích)

博 **bác** → rộng, như 淵博 *uyên bác* (kiến thức sâu rộng), 博問先知 *bác vấn tiên tri* (rộng hỏi những bậc đã biết trước)

參 **tham** → xem để tìm hiểu, học hỏi, như 參看 *tham khán* (tìm xem, tham khảo thêm), 參禪 *tham thiền* (học hỏi phép tu thiền, tu thiền)

善 **thiện** → tốt, lành, như 善根 *thiện căn* (căn lành, nghĩa là những điều tốt đã làm để mang lại quả báo tốt đẹp), 善者 *thiện giả* (người tốt, người hiền)

喧 **huyên** → huyên náo, ồn ào, như 喧囂止絕 *huyên hiêu chỉ tuyệt* (dứt sạch những sự ồn ào nhiễu loạn)

喫 **khiết** → ăn uống, như 喫用常住 *khiết dụng thường trụ* (ăn dùng của thường trụ, tức là của Tam bảo)

喻 **dụ** → dụ, so sánh để làm rõ, như 丘山難喻 *khâu sơn nan dụ* (gò núi cũng khó so sánh được)

堪 **kham** → có thể, như 佛道堪成 *Phật đạo kham thành* (Phật đạo có thể thành tựu)

報 **báo** → báo đáp, đền đáp, như 用報四恩 *dụng báo tứ ân* (dùng để báo đáp bốn ơn)

場 **trường** → nơi tụ họp đông người để làm gì, như 道場 *đạo trường* (nơi tu tập của nhiều người)

奧 **áo** → kín đáo, uyên áo, không dễ hiểu được, như 深奧 *thâm áo* (sâu kín khó hiểu)

寒 **hàn** → lạnh, như 寒心 *hàn tâm* (lạnh trong lòng, rùng mình)

尊 **tôn** → kính trọng, như 尊重 *tôn trọng* (cung kính, quý trọng)

尋 **tầm** → **1.** đơn vị đo chiều dài thời trước, bằng 8 thước cổ, như 上聳千尋 *thướng tủng thiên tầm* (lên cao ngàn tầm) **2.** dùng với chữ 常 *thường* là một đơn vị khác, bằng 2 thước cổ, thành từ ghép 尋常 *tầm thường* để chỉ một chỗ đất rất nhỏ, nghĩa bóng là vật hay người bình thường, nhỏ nhặt, không mấy giá trị. **3.** tìm kiếm, như 温尋貝葉 *ôn tầm bối diệp* (ôn tìm kinh điển)

就 **tựu** → đến, tới, như 去就乖角 *khứ tựu quai giác* (đến đi không theo phép tắc)

廁 **xí** → tham gia, dự phần vào, như 濫廁僧倫 *lạm xí tăng luân* (không xứng mà đứng vào hàng ngũ tăng chúng)

強 **cường** → mạnh, như 強者 *cường giả* (người có sức mạnh)

復 **phục** → trở lại, như 復書 *phục thư* (viết thư trả lời), 一失人身萬劫不復 *nhất thất nhân thân vạn kiếp bất phục* (một khi đã mất thân người, vạn kiếp không trở lại)

循 **tuần** → dùng trong 因循 *nhân tuần* để chỉ sự rụt rè, lưỡng lự, lần lữa không chịu thực hiện điều gì

悲 **bi** → buồn thương, như 悲痛 *bi thống* (đau thương)

惑 **hoặc** → mê hoặc, mê lầm, như 見惑 *kiến hoặc* (chỗ thấy mê lầm), 因茲被惑 *nhân tư bị hoặc* (do nơi đây mà bị mê lầm)

惡 **ác** → ác, xấu, như 惡者 *ác giả* (người ác), 造惡 *tạo ác* (làm việc ác)

惰 **nọa** → biếng nhác, như 慵惰 *dung đọa* (uể oải lười nhác)

惱 **não** → buồn bực, như 煩惱 *phiền não* (buồn phiền khó chịu)

惶 **hồng** → hoảng hốt sợ hãi, như 心裏恒惶 *tâm lý hồi hoàng* (trong lòng hoảng sợ, mê loạn nghi ngờ)

提 **đề** → dùng trong từ ghép để phiên âm chữ bodhi 菩提 *Bồ-đề*, như 菩提道成 *Bồ-đề đạo thành* (thành tựu đạo Bồ-đề)

揚 **dương** → khen ngợi, như 稱揚 *xưng dương* (ngợi khen xưng tụng), 敷揚 *phu dương* (khen ngợi rộng ra khắp nơi)

揮 **huy** → dùng trong cụm từ 揮霍 *huy hoắc* để chỉ khoảng thời gian thay đổi trong chớp nhoáng, nhanh chóng, như 臨行揮霍 *lâm hành huy hoắc* (giờ ra đi chỉ trong thoáng chốc, ý nói đến lúc lâm chung)

斯 **tư** → này, đây, như 斯文 *tư văn* (bài văn này), 感斯異報 *cảm tư dị báo* (cảm ứng được quả báo khác thường này)

普 **phổ** → rộng khắp, như 普度眾生 *phổ độ chúng sanh* (cứu độ khắp hết chúng sanh)

智 **trí** → trí sáng suốt, trí tuệ, như 悲智雙運 *bi trí song vận* (vận dụng cả bi lẫn trí)

曾 **tằng** → đã từng, như 未曾 *vị tằng* (chưa từng), 不曾 *bất tằng* (chưa bao giờ), 曾未叨陪 *tằng vị thao bồi* (chưa từng lạm được nương theo)

最 **tối** → cao nhất, hơn hết, như 最妙最玄 *tối diệu tối huyền* (huyền diệu hơn hết)

朝 **triêu** → buổi sáng, như 朝存夕亡 *triêu tồn tịch vong* (sáng còn tối mất)

期 **kì** → mong mỏi, kỳ vọng, như 心期佛法棟梁 *tâm kỳ Phật pháp đống lương* (trong lòng mong mỏi trở thành rường cột trong Phật pháp)

棘 **cức** → gai góc, dùng trong cụm từ 荊棘 *kinh cức* để chỉ sự gian khó, hiểm trở

棟 **đống** → cột nhà, dùng trong cụm từ 棟梁 *đống lương* (cũng dùng 梁棟 *lương đống*) để chỉ người gánh vác được trách nhiệm nặng nề, quan trọng.

椀 **oản** → chén, bát nhỏ, như 一盌飯 *nhất oản phạn* (một chén cơm), 椀鉢作聲 *oản bát tác thanh* (chén bát khua động thành tiếng)

植 **trị** → trồng cây, nghĩa bóng chỉ việc làm điều gì mang lại kết quả sau này, như 宿植善根 *túc thực thiện căn* (vốn đã gieo trồng căn lành từ trước)

欺 **khi** → lấn át, coi thường ai, như 仗勢欺人 *trượng thế khi nhân* (ỷ thế lấn át người), 輕欺 *khinh khi* (khinh rẻ coi thường)

殘 **tàn** → tàn lụi, như 衰殘 *suy tàn* (suy kém lụi tàn)

殼 **xác** → thân xác, thể xác, như 脫殼 *thoát xác* (ra khỏi xác)

溫 **ôn** → ôn lại, học lại chuyện cũ, như 溫故知新 *ôn cố tri tân* (ôn lại chuyện cũ biết được chuyện mới), 溫尋貝葉 *ôn tầm bối diệp* (ôn tìm kinh điển)

測 **trắc** → lường, ngờ trước, như 不測 *bất trắc* (không ngờ trước được)

渴 **hạt** → khát nước, như 臨渴掘井 *lâm khát quật tỉnh* (lúc khát đào giếng - ý nói việc quá chậm trễ, không còn kịp nữa)

湊 **thấu** → dùng trong cụm từ 湊泊 *thấu bạc* với nghĩa là hội ý, hiểu thấu, như 祖師意峻硬孤峭, 有如其平生難於湊泊. *Tổ sư ý tuấn ngạnh cô tiễu, hữu như kỳ bình sanh nan ư thấu bạc.* (Ý tổ sư cao vút bí hiểm, như có đem cả đời ra cũng khó mà hiểu thấu. - Đại Quang Minh Tạng), 直下截斷葛藤，後學初機難為湊泊. *Trực hạ tiệt đoạn cát đằng, hậu học sơ cơ nan vi thấu bạc.* (Xuống tay dứt tuyệt bao ràng buộc, người sau mới học dễ thấu đâu? - Cảnh Đức Truyền Đăng Lục), 且莫將心湊泊, 但向自己性海如實而修 *thả mạc tương tâm thấu bạc, đản hướng tự kỷ tánh hải như thật nhi tu* (đừng dùng tâm để mong hiểu thấu, chỉ cần hướng vào tự tánh mênh mông chân thật của mình mà tu - Cảnh Đức Truyền Đăng Lục), 將心湊泊 *tương tâm thấu bạc* (dùng tâm để hiểu thấu)

溈 **quy** → tên núi, là ngọn 溈山 *Quy Sơn* nơi ngài 靈祐 *Linh Hựu* giảng dạy giáo pháp, nhân đó lấy làm danh xưng của ngài là 溈山靈祐 *Quy Sơn Linh Hựu*, sau cũng dùng trong tên của tông phái do ngài mở đầu là tông 溈仰 *Quy Ngưỡng*.

滋 **tư** → thêm, càng hơn nữa, như 積聚滋多 *tích tụ tư đa* (gom góp lại ngày càng nhiều hơn nữa)

無 **vô** → không, không có, như 無因契悟 *vô nhân khế ngộ* (không do đâu để hợp ý mà hiểu ra), 僧體全無 *tăng thể toàn vô* (hoàn toàn không có dáng vẻ một vị tăng)

然 **nhiên** → như thế, như vậy, như 晏然 *yến nhiên* (yên ổn như thế), 人果歷然 *nhân quả lịch nhiên* (nhân quả rõ ràng như vậy)

爲 **vi** → 1. là, làm, như 只爲久滯不通 *chỉ vi cửu trệ bất thông* (chỉ là ngăn ngại lâu không thông suốt), 處處同爲法侶 *xứ xứ đồng vi pháp lữ* (ở đâu cũng cùng làm bạn tu với nhau) 2. **vị** → vì, bởi vì, như 蓋爲初心慵惰 *cái vị sơ tâm dung đọa* (đều vì lúc phát tâm ban đầu uể oải lười nhác), 出沒爲他作則 *xuất một vị tha tác tắc* (lúc hiện lúc ẩn đều vì người khác mà làm khuôn phép, nghĩa là nêu gương cho người khác noi theo)

猥 **ổi** → hèn, xấu, thấp kém, như 革諸猥弊 *cách chư ổi tệ* (dẹp bỏ những điều tồi tệ)

猶 **do** → hãy còn, vẫn còn, như 猶不稱心 *do bất xứng tâm* (hãy còn chưa vừa ý)

疎 **sơ** → lưa thưa, có ít, như 佛法生疎 *Phật pháp sanh sơ* (pháp Phật chỉ có ít người hiểu được)

痛 **thống** → đau đớn, nỗi đau, như 痛不可言 *thống bất khả ngôn* (đau đớn không nói hết)

登 **đăng** → lên, bước lên, như 登光 *đăng quang* (lên ngôi vua), 纔登戒品 *tài đăng giới phẩm* (vừa mới bước lên hàng giới phẩm, nghĩa là mới thọ giới)

發 **phát** → 1. phát khởi, đưa ra, như 發足超方 *phát túc siêu phương* (cất bước vượt lên chỗ cao xa) **2.** vạch ra, làm lộ rõ, như 發掘 *phát quật* (khai quật lên), 發蒙 *phát mông* (vạch rõ chỗ tối tăm)

等 **đẳng** → cùng, đều là, như 不可等閒過日 *bất khả đẳng nhàn quá nhật* (không thể cùng nhàn nhã để ngày trôi qua)

答 **đáp** → báo đáp, trả lại, như 酬答 *thù đáp* (đền đáp lại)

策 **sách** → cái roi để thúc ngựa, nghĩa bóng chỉ sự thúc giục, khuyến khích, như 時時警策 *thời thời cảnh sách* (thường xuyên răn dạy khuyến khích)

粥 **chúc** → cháo, như 二時粥飯 *nhị thời chúc phạn* (hai bữa cơm cháo)

結 **kết** → bó lại, đọng lại, như 青蓮蕊結 *thanh liên nhị kết* (sen xanh bó nhị)

絕 **tuyệt** → dứt hẳn, như 止絕 *chỉ tuyệt* (ngăn lại và dứt sạch)

給 **cấp** → cấp cho, cung cấp, cung ứng cho việc gì, như 祭掃不給 *tế tảo bất cấp* (việc cúng tế, tảo mộ không lo)

絲 **ti** → tơ, sợi tơ, như 寸絲 *thốn ti* (một tấc tơ)

荊 **kinh** → cây mận gai, dùng với chữ 棘 *cức* để chỉ chung sự khó khăn, ngăn trở, như 荊天棘地 *kinh thiên cức địa* (khắp nơi đều chông gai ngăn trở, ý nói thời loạn lạc), 去其荊棘 *khứ kỳ kinh cức* (quét sạch hết những sự khó khăn, ngăn trở)

菩 **bồ** → dùng trong từ ghép 菩提 *Bồ-đề* để phiên âm chữ *bodhi*.

華 **hoa** → bông hoa, như 華開 *hoa khai* (hoa nở)

虛 **hư** → **1.** trống rỗng, như 虛空 *hư không* (khoảng không trống rỗng); **2.** thiếu thốn, như 饑虛 *cơ hư* (đói thiếu)

裂 **liệt** → xé ra, làm rách ra, như 割裂 *cát liệt* (cắt xé)

訴 **tố** → nói cho biết, như 饑虛安訴 *cơ hư an tố?* (đói thiếu ai nói cho biết?)

貴 **quý** → quý trọng, quý ở, cốt ở, như 貴求衣食 *quý cầu y thực* (quý cầu ở việc ăn mặc)

費 **phí** → chi phí, tốn kém cho việc gì, như 身口所費 *thân khẩu sở phí* (phí tổn cho việc ăn mặc)

趁 **sấn** → đua theo, đuổi theo, như 一期趁樂 *nhất kỳ sấn lạc* (đua vui trong chốc lát)

超 **siêu** → vượt qua, vượt trội, như 超等 *siêu đẳng* (vượt hơn tất cả), 頓超方便之門 *đốn siêu phương tiện chi môn* (tức thời vượt qua các phép tu phương tiện)

越 **việt** → dùng trong cụm từ 檀越 *đàn việt* để dịch tiếng Phạn là dānapati, cũng phiên âm là 檀那 *đàn-na*, chỉ những người phát tâm cúng dường cho chư tăng.

跎 **đà** → dùng trong cụm từ 蹉跎 *sa đà* để chỉ việc lần lữa bỏ phí thời gian, như 歲月蹉跎 *tuế nguyệt sa đà* (năm tháng lần lữa trôi qua, nghĩa là chẳng làm được việc gì hữu ích)

逭 **hoán** → thay đổi, sửa đổi, như 輪逭 *luân hoán* (chuyển đổi)

進 **tấn** → tiến bộ, tiến tới, như 進道嚴身 *tiến đạo nghiêm thân* (lấy việc tiến bộ trên đường đạo mà làm đẹp cho mình)

逸 **dật** → nhàn rỗi, không phải làm việc gì, như 以彼勞而供我逸 *dĩ bỉ lao nhi cung ngã dật* (lấy sự nhọc nhằn của người khác để cho ta được nhàn rỗi)

鄉 **hương** → quê hương, người cùng quê hương, như 鄉黨 *hương đảng* (xóm giềng thân tộc)

量 **lượng** → đo lường, liệu lường, như 經無量劫 *kinh vô lượng kiếp* (trải qua vô lượng kiếp, nghĩa là không thể tính lường được)

鈍 **độn** → chậm lụt, trì độn, như 愚鈍 *ngu độn* (ngu si chậm hiểu)

開 **khai** → mở rộng, như 開特達之懷 *khai đặc đạt chi hoài* (mở rộng hoài bão đặc biệt khác người)

閑 **nhàn** → to lớn, rộng, như 閑庭 *nhàn đình* (sân rộng), đôi khi cũng dùng như chữ 閒.

閒 **nhàn** → nhàn rỗi, không làm gì cả 等閒過日 *đẳng nhàn quá nhật* (cùng nhàn nhã để ngày trôi qua)

間 **gian** → trong khoảng, ở giữa, như 世間 *thế gian* (ở trong cõi thế), 一刹那間 *nhất sát-na gian* (trong khoảng thời gian một sát-na)

隆 **long** → làm cho hưng thịnh, phát triển, như 紹隆聖種 *thiệu long thánh chủng* (nối tiếp làm hưng thịnh dòng giống thánh)

階 **giai** → bậc thềm, đường lối để dẫn đến nơi nào, nghĩa bóng chỉ phương thức để đạt được điều gì, như 出塵階漸 *xuất trần giai tiệm* (chỗ nương theo để dần dần ra khỏi trần tục)

順 **thuận** → thuận theo, hợp với, như 聲和響順 *thanh hòa hưởng thuận* (âm thanh hài hòa thì tiếng vọng thuận theo)

須 **tu** → nên, như 又須以佛法為鞭策 *hựu tu dĩ Phật pháp vi tiên sách* (lại nên dùng pháp Phật làm ngọn roi thúc giục)

飯 **phạn** → cơm, như 粥飯 *chúc phạn* (cơm cháo)

飲 **ẩm** → uống, như 烊銅難療渴，飲之則骨肉都糜 *dương đồng nan liệu khát, ẩm chi tắc cốt nhục đô mi* (nước đồng sôi không giải cơn khát, uống vào liền xương thịt nát nhừ)

黑 **hắc** → màu đen, đen tối, như 黑心 *hắc tâm* (lòng dạ đen tối, độc ác), 黑門 *hắc môn* (cửa địa ngục)

亂 **loạn** → rối loạn, lộn xộn, như 潰亂 *hội loạn* (vỡ tung hỗn loạn)

傲 **ngạo** → cao ngạo, như 惟知倨傲 *duy tri cứ ngạo* (chỉ biết ngông nghênh cao ngạo)

傳 **truyền** → truyền trao, truyền lại, như 傳唱 *truyền xướng* (truyền nói ra)

債 **trái** → món nợ, như 負債 *phụ trái* (mắc nợ, mang nợ)

傷 **thương** → có lòng thương, như 感傷歎訝 *cảm thương thán nhạ* (lạ lùng thương cảm biết bao)

僅 **cẩn** → chỉ là, chẳng qua, như 僅能自利 *cẩn năng tự lợi* (chỉ có thể làm lợi riêng mình)

勤 **cần** → chuyên cần, siêng năng chăm chỉ, như 事業不勤 *sự nghiệp bất cần* (sự nghiệp không chuyên cần)

嗣 **tự** → nối dõi, nối dòng, như 嗣子 *tự tử* (con nối dòng), 繼嗣 *kế tự* (nối tiếp dòng dõi)

嗥 **hào** → kêu la, gọi lớn, như 叫嗥之慘 *khiếu hào chi thảm* (kêu gào thảm thiết)

圓 **viên** → hình tròn, dùng trong thụy hiệu vua ban cho ngài 靈祐 *Linh Hựu* là 大圓禪師 *Đại Viên Thiền sư*.

塔 **tháp** → ngọn tháp, như 九層之塔 *cửu tầng chi tháp* (ngọn tháp cao chín tầng)

塞 **tắc** → ngăn kín, bít lấp, như 來世窒塞 *lai thế trất tắc* (đời sau phải vướng mắc, ngăn lấp)

微 **vi** → rất nhỏ, như 顯微 *hiển vi* (làm rõ những vật rất nhỏ, kính phóng đại thường gọi là kính hiển vi), 微細 *vi tế* (rất nhỏ nhặt tinh tế)

想 **tưởng** → suy tưởng, suy nghĩ, như 想料 *tưởng liệu* (suy tính liệu lường)

愁 **sầu** → lo lắng, như 何愁退轉 *hà sầu thối chuyển* (lo gì sự thối chuyển)

愍 **mẫn** → xót thương, như 自愍愍他 *tự mẫn mẫn tha* (thương mình thương người)

意 **ý** → ý nghĩ, tâm ý, như 息意忘緣 *tức ý vong duyên* (lắng dừng tâm ý, quên hết các duyên)

愚 **ngu** → ngu dốt, như 愚癡 *ngu si* (ngu dốt si mê)

愛 **ái** → yêu thương, ái luyến, như 出愛欲海 *xuất ái dục hải* (ra khỏi biển ái dục)

感 **cảm** → **1.** tình cảm, cảm xúc, như 感傷 *cảm thương* (thương cảm) **2.** cảm ứng, chiêu cảm, như 感斯異報 *cảm tư dị báo* (chiêu cảm được quả báo khác thường ấy)

愧 **quý** → xấu hổ, hổ thẹn, như 豈不可愧哉 *khởi bất khả quý tai* (lẽ nào không đáng hổ thẹn lắm sao?)

慈 **từ** → lòng từ, lòng thương, như 慈悲 *từ bi* (tâm từ và tâm bi)

戢 **tập** → chế phục, chặn đứng, dùng trong 戢斂 *tập liễm* để chỉ việc chế phục, thâu nhiếp tâm ý.

損 **tổn** → hao tổn, mất mát, như 大損 *đại tổn* (mất mát lớn lao)

搜 **sưu** → tìm kiếm, như 精搜 *tinh sưu* (tìm kiếm thật kỹ lưỡng)

敬 **kính** → kính trọng, như 不敬 *bất kính* (không kính trọng). Trong thái độ đối với người khác, giữ cho dáng vẻ nghiêm trang kính cẩn gọi là 恭 *cung*; giữ cho trong lòng không một chút khinh nhờn gọi là 敬 *kính*. Nên nói 恭敬 *cung kính* là hàm ý đủ cả trong lòng, ngoài mặt đều kính trọng.

新 **tân** → mới, như 新學 *tân học* (người mới học)

會 **hội** → hội lại, hợp lại, như 會遇 *hội ngộ* (gặp gỡ, hội lại một nơi)

業 **nghiệp** → **1.** nghiệp quả, những điều đã làm từ trong quá khứ mang lại kết quả trong hiện tại, như 業繫受身 *nghiệp hệ thọ thân* (nghiệp quả trói buộc mà có thân này), 識心隨業 *thức tâm tùy nghiệp* (tâm thức theo nơi nghiệp lực dắt dẫn) **2.** sự nghiệp, thành quả đã làm ra được, như 家業 *gia nghiệp* (cơ nghiệp của gia đình), 亦來業無裨 *diệc lai nghiệp vô tì* (sự nghiệp sau này cũng không có ích lợi)

極 **cực** → khốn khổ, cực nhọc, như 疲極 *bì cực* (mỏi mệt cực nhọc)

歲 **tuế** → năm, như 歲月蹉跎 *tuế nguyệt sa đà* (năm tháng lần lữa trôi qua)

毀 **hủy** → hủy bỏ, phá hủy, như 毀犯 *hủy phạm* (phá bỏ, phạm vào [giới luật])

源 **nguyên** → cội nguồn, như 真源 *chân nguyên* (cội nguồn chân thật)

滅 **diệt** → diệt, dứt mất không còn, như 正法像法，皆已滅盡 *chánh pháp, tượng pháp giai dĩ diệt tận* (chánh pháp, tượng pháp đều đã diệt mất)

滔 **thao** → tràn ngập, đầy dẫy, như 滔滔 *thao thao* (mênh mông), 舉目滔滔 *cử mục thao thao* (nhìn ra khắp nơi)

煎 **tiên** → nấu, đun, như 煎熬 *tiên ngao* (đun nấu)

煩 **phiền** → làm phiền, gây phiền nhọc cho người khác, như 頻煩獄卒疲勞 *tần phiền ngục tốt bì lao* (nhiều phen phiền đến ngục tốt phải nhọc sức)

當 **đương** → 1. nên, như 當知 *đương tri* (nên biết rằng); 2. hiện nay, như 當世 *đương thế* (đời nay)

盟 **minh** → thề ước cùng chung làm điều gì, như 聯盟 *liên minh* (tổ chức liên kết cùng nhau), 同盟 *đồng minh* (tổ chức cùng mục đích), 蓮社宗盟 *liên xã tông minh* (họp nhau cùng nguyện tu tập niệm Phật)

睹 **đổ** → xem, nhìn, như 未睹佛經 *vị đổ Phật kinh* (chưa xem kinh Phật)

碎 **toái** → nát vụn, tan nát, như 粉身碎骨 *phấn thân toái cốt* (tan xương nát thịt)

稟 **bẩm** → 1. nhận, có được, như 天稟 *thiên bẩm* (tính trời cho, nghĩa là tự nhiên sinh ra đã có), 稟父母之遺體 *bẩm phụ mẫu chi di thể* (có được thân thể do cha mẹ truyền lại cho) 2. vâng lời, nghe theo, như 稟丞 *bẩm thừa* (vâng lệnh), 剃髮稟師 *thế phát bẩm sư* (cạo tóc nghe theo thầy, nghĩa là theo thầy học đạo)

窟 **quật** → hang, động, như 鐵窟 *thiết quật* (hang sắt)

經 **kinh** → 1. trải qua, như 動經年載 *động kinh niên tải* (trải qua nhiều năm) 2. kinh điển, như 經云 *kinh vân* (trong kinh nói rằng)

罪 **tội** → tội lỗi, như 小罪 *tiểu tội* (tội nhỏ nhặt), 重罪 *trọng tội* (tội nặng)

置 **trí** → đặt để, làm cho, như 置之無用 *trí chi vô dụng* (làm cho thành vô dụng)

義 **nghĩa** → ý nghĩa, như 了義 *liễu nghĩa* (hiểu rõ ý nghĩa)

聖 **thánh** → bậc thánh, trong văn này chỉ đức Phật, như 去聖時遙 *khứ thánh thời diêu* (thời của bậc thánh đã qua lâu rồi, tức là cách xa thời Phật ra đời)

腸 **trường** → ruột, như 肝腸 *can trường* (gan ruột)

腹 **phúc** → bụng dạ, tấm lòng, như 空腹高心 *không phúc cao tâm* (trong lòng trống rỗng mà tâm ý cao ngạo)

萬 **vạn** → vạn, mười ngàn, dùng với nghĩa tượng trưng để chỉ số lượng rất nhiều, như 萬法 *vạn pháp* (tất cả các pháp), 萬物 *vạn vật* (hết thảy sự vật)

落 **lạc** → rơi rụng, rơi rớt, như 墮落 *đọa lạc* (sa đọa xuống)

葉 **diệp** → lá cây, như 貝葉 *bối diệp* (lá cây bối), ngày xưa dùng để ghi chép kinh điển, nên bối diệp dùng để chỉ cho kinh điển.

葛 **cát** → dây sắn, dây leo, như 倚松之葛 *ỷ tùng chi cát* (dây leo dựa theo cây tùng)

虞 **ngu** → mối lo, sự lo lắng, như 退失之虞 *thối thất chi ngu* (mối lo sợ thối chuyển, lui sụt)

號 **hiệu** → tên hiệu, danh hiệu, xưng tên là, như 忝號沙門 *thiểm hiệu sa-môn* (hổ thẹn xưng là sa-môn)

蜎 **quyên** → con bọ, loài vật nhỏ có thể động đậy, nghĩa là có sự sống, như 蠕動蜎飛 *nhu động quyên phi* (chỉ chung các loài động vật bò, bay, máy cựa...)

裏 **lý** → bên trong, như 手裏 *thủ lý* (trong tay), 心裏 *tâm lý* (trong lòng, ta dùng chữ này chỉ chung về những gì liên quan đến tình cảm, cảm xúc)

裟 **sa** → dùng trong phiên âm chữ kaṣāya 袈裟 *ca-sa*, như 袈裟被體 *ca-sa bị thể* (thân khoác áo ca-sa)

解 **giải** → phân tích để hiểu rõ, như 詳解 *tường giải* (giải thích thật tường tận), 不解 *bất giải* (không tìm hiểu rõ)

詢 **tuân** → hỏi, nhờ người khác nói cho mình biết điều chưa biết, như 咨詢 *tư tuân* (bàn luận, thưa hỏi)

話 **thoại** → câu chuyện, lời nói, như 對話 *đối thoại* (nói chuyện với nhau), 雜話 *tạp thoại* (câu chuyện hỗn tạp, lộn xộn không chủ đích, không đề mục, thường là vô bổ)

該 **cai** → đó, ấy, như 該處 *cai xứ* (nơi đó), 該人 *cai nhân* (người ấy)

誠 **thành** → thật, thật sự là, như 誠難 *thành nan* (thật sự là khó)

資 **tư** → số tiền tiêu dùng, như 日用所資 *nhật dụng sở tư* (chi tiêu trong ngày)

賈 **cổ** → cửa hàng, việc bán hàng. Đem hàng đi bán gọi là *thương* 商, bán hàng tại cửa hàng gọi là *cổ* 賈, nên 商賈 *thương cổ* chỉ chung việc buôn bán, người đi buôn bán, doanh nhân.

賊 **tặc** → kẻ giặc, như 捉賊 *tróc tặc* (bắt kẻ giặc), 六賊 *lục tặc* (sáu tên giặc)

跡 **tích** → dấu chân, vết tích, hình tích, như 晦跡 *hối tích thao danh* (che giấu hình tích của mình không cho ai biết đến)

路 **lộ** → đường đi, như 前路茫茫, 未知何往 *tiền lộ mang mang, vị tri hà vãng* (đường phía trước mịt mờ, chưa biết về đâu)

載 **tải** → năm, cùng nghĩa như chữ 年 *niên* nhưng hay dùng chung với nhau trong văn, như 三年五載 *tam niên ngũ tải* (chừng năm ba năm), 動經年載 *động kinh niên tải* (trải qua nhiều năm), 千載一時 *thiên tải nhất thời* (ngàn năm mới có một lần)

115

逼 **bức** → ép, đè ép, như 逼迫 bức bách (thúc ép, bức bách)

遂 **toại** → xong việc, kết cục, như 遂事不諫 toại sự bất gián (việc đã xong rồi không can gián nữa), 遂成 toại thành (rốt cục thành ra)

遇 **ngộ** → gặp gỡ, như 會遇 hội ngộ (gặp gỡ, hội lại một nơi)

遊 **du** → rong chơi, lông bông không mục đích, như 悠遊卒歲 *du du tốt tuế* (rong chơi nhàn rỗi suốt năm)

運 **vận** → vận dụng, sử dụng, như 非悲智雙運 *bi trí song vận* (vận dụng cả bi và trí)

遍 **biến** → lượt, một lần trải qua hết cái gì, như 萬遍 *vạn biến* (muôn lần). Tụng trì kinh, chú, mỗi lần hết một câu, một quyển cũng gọi là một *biến*.

過 **quá** → 1. trôi qua, như 莫空過日 *mạc không quá nhật* (đừng để ngày trôi qua vô ích) 2. tội lỗi, lỗi lầm, như 改過 *cải quá* (sửa lỗi), 過患 *quá hoạn* (mối nguy hại của tội lỗi)

道 **đạo** → đạo, đường tu tập, như 佛道 *Phật đạo* (đạo Phật), 玄道無因契悟 *huyền đạo vô nhân khế ngộ* (đạo nhiệm mầu không nhân đâu để hợp ý hiểu ra)

達 **đạt** → thông suốt, không ngăn ngại, như 直達 *trực đạt* (thẳng suốt), 特達之懷 *đặc đạt chi hoài* (hoài bão rộng lớn khác người)

違 **vi** → trái nghịch, chống lại, như 常相違背 *thường tương vi bội* (thường trái nghịch chống lại nhau)

酬 **thù** → đền đáp, như 酬謝 *thù tạ* (trả ơn, trả công), 酬報四恩 *thù báo tứ ân* (báo đáp bốn ơn)

鉢 **bát** → cái bát, bình bát để xin cơm của người xuất gia, như 椀鉢作聲 *oản bát tác thanh* (chén bát khua động thành tiếng)

隔 **cách** → cách trở, ngăn cách, như 隔世 *cách thế* (cách đời, nghĩa là thuộc đời sống khác trước đây)

預 **dự** → dự phòng, chuẩn bị trước khi việc gì xảy ra, như 預案 *dự án* (bản sắp xếp phân bố công việc trước khi thi hành), 預修 *dự tu* (lo tu tập từ trước, nghĩa là khi còn chưa quá muộn)

頓 **đốn** → tức thời, ngay lập tức, như 頓起 *đốn khởi* (thình lình phát khởi ra), 頓超 *đốn siêu* (tức thời vượt qua)

像 **tượng** → tương tợ, giống nhưng không còn như thật, đây chỉ thời 像法 *tượng pháp*, nghĩa là khi mà giáo pháp vẫn còn tồn tại nhưng không hoàn toàn giống như lúc Phật tại thế, chỉ còn tương tợ mà thôi, như 像季 *tượng quý* (cuối thời tượng pháp)

僧 **tăng** → người xuất gia, vị tăng, như 僧倫 *tăng luân* (hàng ngũ những người xuất gia)

厭 **yếm** → chán, không ưa thích nữa, như 厭倦 *yếm quyện* (chán nản mỏi mệt)

嘗 **thường** → từng, đã từng, như 未嘗聞之矣 *vị thường văn chi hỹ* (chưa từng nghe qua việc ấy), 未嘗返省 *vị thường phản tỉnh* (chưa từng nhìn lại chính mình)

圖 **đồ** → mưu việc, tính việc, như 圖護 *đồ hộ* (mưu tính chuyện giúp đỡ, bảo vệ)

塵 **trần** → trần tục, trần thế, như 徇塵 *tuần trần* (thuận theo trần tục)

境 **cảnh** → cảnh sắc, những gì nhìn thấy quanh ta đều gọi chung là cảnh, như 心空境寂 *tâm không cảnh tịch* (tâm trống rỗng, cảnh lặng yên)

壽 **thọ** → tuổi thọ, sống được, như 四天王壽五百歲 *Tứ thiên vương thọ ngũ bách tuế* (chư thiên cõi trời Tứ thiên vương sống được 500 năm)

夢 **mộng** → mộng, giấc mơ, như 惡夢 *ác mộng* (giấc mơ dữ, nghĩa là thấy những điều ghê sợ); những gì không thật có gọi là mộng, như 夢宅 *mộng trạch* (căn nhà mộng, nghĩa là hư huyễn, giả dối không thật)

察 **sát** → xem xét kỹ để tìm sai phạm, lỗi lầm, như 檢察 *kiểm sát* (kiểm tra xem có lỗi hay không), 覺察 *giác sát* (xem xét phát hiện ra lỗi)

實 **thật** → có thật, đúng thật, như 盡知不實 *tận tri bất thật* (biết rõ là không thật)

寧 **ninh** → nghi vấn từ, như 寧可以讓邪 *ninh khả dĩ nhượng da* (há có thể nhường được sao?), 寧尅 *ninh khắc* (há định trước được sao?)

對 **đối** → qua lại với nhau, như 對質 *đối chất* (xét hỏi qua lại với nhau, nghĩa là bên nào cũng có hỏi và có trả lời), 與諸塵作對 *dữ chư trần tác đối* (cùng qua lại với các trần)

弊 **tệ** → xấu xa, tệ hại, như 革諸猥弊 *cách chư ổi tệ* (dẹp bỏ những điều tồi tệ)

慘 **thảm** → thảm thiết, đáng thương tâm, như 叫噑之慘 *khiếu hào chi thảm* (khóc gào thảm thiết)

憧 **chương** → dùng trong cụm từ 憧惶 *chương hoàng* để chỉ tâm trạng rất sợ sệt.

慵 **dong** → uể oải, không muốn làm việc, như 慵惰 *dung đọa* (uể oải lười nhác)

槃 **bàn** → dùng trong từ ghép 涅槃 *Niết-bàn* để phiên âm chữ Nirvāna, chỉ cảnh giới tịch diệt giải thoát rốt ráo của chư Phật.

滯 **trệ** → ngưng trệ, vướng mắc, như 觸途成滯 *xúc đồ thành trệ* (đường tới phải vướng mắc ngưng trệ)

滿 **mãn** → đầy đủ, trọn vẹn, như 因圓果滿 *nhân viên quả mãn* (nhân quả tròn đầy trọn vẹn)

漸 **tiệm** → dần dần, từ từ, như 漸修 *tiệm tu* (tu tập dần dần, nghĩa là tiến bộ dần dần), 出塵階漸 *xuất trần giai tiệm* (thềm bậc để dần dần ra khỏi trần tục)

爾 **nhĩ** → vậy, ấy... như 爾時 *nhĩ thời* (vào lúc ấy), 我亦爾 *ngã diệc nhĩ* (ta cũng vậy)

獄 **ngục** → nơi giam nhốt người có tội, như 牢獄 *lao ngục* (nhà tù), 地獄 *địa ngục* (nơi tội nhân chịu sự trừng phạt)

甄 **chân** → xem xét làm rõ, như 甄別 *chân biệt* (xét rõ phân biệt tốt xấu, hay dở)

盡 **tận** → hết mức, tận cùng, như 盡知 *tận tri* (biết rõ hết, nghĩa là không còn gì thiếu sót)

福 **phúc** → phúc đức, phước lành, như 多福 *đa phúc* (có nhiều phúc đức)

種 **chủng** → hạt giống, loài giống, như 黃種 *hoàng chủng* (giống da vàng), 聖種 *thánh chủng* (dòng giống thánh, chỉ đạo pháp do Phật truyền lại)

稱 **xưng** → **1.** xưng là, tự nói mình là, như 濫稱釋子 *lạm xưng Thích tử* (lạm xưng là con Phật, nghĩa là không thật xứng đáng); **2.** nói rằng, cho biết rằng, như 經稱少善不生 *kinh xưng tiểu thiện bất sanh* (kinh nói rằng việc thiện ít ỏi không được sanh về); **3. xứng** → thích hợp với, vừa với, như 不稱心 *bất xứng tâm* (không vừa lòng, nghĩa là chưa hợp với ý mình)

竭 **kiệt** → hết sạch, cùng kiệt, như 竭力 *kiệt lực* (dốc hết sức, nghĩa là không thể gắng hơn được nữa)

端 **đoan** → **1.** ngay thẳng, như 形直影端 *hình trực ảnh đoan* (hình ngay thì bóng thẳng); **2.** manh mối, đầu mối, như 多端 *đa đoan* (nhiều mối)

管 **quản** → cái ống tròn nhỏ. Dùng từ này trong 管見 *quản kiến* với ý khiêm nhường, tự cho rằng chỗ kiến thức của mình chỉ nhỏ hẹp như nhìn thấy trong cái ống, xuất phát từ thành ngữ 以管窺天 *dĩ quản khuy thiên* (lấy ống nhìn trời) để chỉ người kiến thức nông cạn.

精 **tinh** → **1.** thuần túy, không xen lẫn, như 精神 *tinh thần* (những gì hoàn toàn vô hình, thuộc về tình cảm, trí tuệ...) **2.** tinh túy, chỗ hay đẹp nhất, như 精要 *tinh yếu* (chỗ tinh túy quan trọng nhất)

緇 **truy** → vải màu đen, dùng nghĩa bóng để chỉ người tu hành, vì mặc y phục đen xấu, như 披緇 *phi truy* (khoác áo người tu), 緇門 *truy môn* (cửa chùa, nhà chùa)

緒 **tự** → suy nghĩ, ý tưởng, như 情緒 *tình tự* (suy nghĩ về tình cảm), 思緒 *ý tự* (ý nghĩ), 心緒多端 *tâm tự đa đoan* (trong lòng suy nghĩ nhiều mối)

罰 **phạt** → xử phạt, có tội bị trừng trị gọi là phạt, như 刑罰 *hình phạt* (các biện pháp để trị kẻ có tội)

聚 **tụ** → gom về một nơi, như 聚會 *tụ hội* (hội họp lại một nơi)

聞 **văn** → nghe, như 未聞 *vị văn* (chưa được nghe)

與 **dữ** → **1.** cùng với, như 與諸塵作對 *dữ chư trần tác đối* (cùng qua lại với các trần); **2.** đưa cho, như 不與人期 *bất dữ nhân kỳ* (không cho người kỳ hẹn, nghĩa là không thể biết lúc nào)

蒙 **mông** → bị che lấp, tối tăm, như 發蒙 *phát mông* (vạch rõ chỗ tối tăm)

蓋 **cái** → **1.** do, bởi, như 蓋爲初心慵惰 *cái vị sơ tâm dung đọa* (bởi vì lúc phát tâm ban đầu uể oải lười nhác) **2.** bao trùm, hết thảy, như 聞聲見色蓋是尋常 *văn thanh kiến sắc cái thị tầm thường* (nghe biết âm thanh hình sắc, hết thảy đều là chuyện bình thường)

裨 **tì** → ích lợi, như 亦來業無裨 *diệc lai nghiệp vô tì* (sự nghiệp sau này cũng không có ích lợi)

裳 **thường** → cái xiêm, một loại áo, như 四季衣裳 *tứ quý y thường* (y phục trong bốn mùa)

誓 **thệ** → thề, nguyện, quyết lòng, như 誓歸安養 *thệ quy An Dưỡng* (nguyện về cõi An Dưỡng, tức là thế giới Tây phương Cực Lạc của đức Phật A-di-đà)

語 **ngữ** → tiếng, lời nói, như 越語 *Việt ngữ* (tiếng Việt), 大語高聲 *đại ngữ cao thanh* (lớn tiếng nặng lời)

誡 **giới** → răn bảo, khuyên can đừng làm việc gì, như 教誡 *giáo giới* (răn dạy, nghĩa là chỉ việc tốt cho làm, nêu việc xấu để tránh)

說 **thuyết** → nói ra, giảng giải, như 談說 *đàm thuyết* (bàn luận giảng giải)

貌 **mạo** → dáng vẻ bên ngoài, như 禮貌 *lễ mạo* (dáng vẻ lễ phép), 容貌 *dung mạo* (vẻ người, vẻ mặt)

賓 **tân** → người khách, như 往來三界之賓 *vãng lai tam giới chi tân* (đến đi trong ba cõi như người khách, nghĩa là không trói buộc, chìm đắm)

輕 **khinh** → khinh rẻ, như 人所輕欺 *nhân sở khinh khi* (người ta đều khinh chê)

遙 **dao** → lâu xa, như 去聖時遙 *khứ thánh thời diêu* (thời của bậc thánh đã qua lâu rồi)

遞 **đệ** → theo thứ tự, như 遞進 *đệ tiến* (lần lượt theo thứ tự tiến tới), 遞相警策 *đệ tương cảnh sách* (lần lượt răn dạy khuyến khích cho nhau, nghĩa là theo thứ tự người trước răn dạy nhắc nhở người sau)

遠 **viễn** → xa xôi, như 遠行 *viễn hành* (đi xa)

鄙 **bỉ** → thô bỉ, hèn kém, như 鄙夫 *bỉ phu* (kẻ thô bỉ), 庸鄙 *dung bỉ* (tầm thường thấp kém)

銅 **đồng** → đồng, tên kim loại, như 烊銅 *dương đồng* (nước đồng sôi, nghĩa là bị nóng chảy thành nước)

銘 **minh** → bài văn để tự khuyên răn, nhắc nhở, thường viết treo ở gần chỗ ngồi, nơi đọc sách..., như 座右銘 *tòa hữu minh* (lời răn nhắc để bên phải chỗ ngồi, nghĩa là để thường nhìn thấy)

際 **tế** → giới hạn xa nhất về thời gian hoặc không gian, như 林際 *lâm tế* (nơi rừng núi xa xôi), 邊際 *biên tế* (cõi biên cương xa nhất), 前際 *tiền tế* (những việc đã xảy ra về trước), 後際 *hậu tế* (những việc xảy ra về sau)

障 **chướng** → điều ngăn che, chướng ngại, như 何障而不見金身 *hà chướng nhi bất kiến kim thân?* (do che chướng gì mà không thấy được thân Phật?), 懺悔業障 *sám hối nghiệp chướng* (ăn năn hối cải những nghiệp xấu, chướng duyên đã tạo ra)

需 **nhu** → điều nhu yếu, cần dùng, như 疾病所需 *tật bệnh sở nhu* (nhu cầu phải có khi bệnh tật)

颯 **táp** → tiếng gió thổi qua nhanh, cũng dùng 颯然 *táp nhiên*, nghĩa bóng là việc gì xảy đến rất nhanh, như 颯然白首 *táp nhiên bạch thủ* (thoắt chốc đã bạc đầu)

價 **giá** → giá trị, giá bán, như 無價寶珠 *vô giá bảo châu* (hạt châu báu vô giá, nghĩa là quá đắt, không thể định giá bán)

儀 **nghi** → dáng vẻ, hình tướng, như 形儀 *hình nghi* (hình tướng oai nghi)

劍 **kiếm** → lưỡi kiếm, lưỡi gươm, binh khí sắc bén thời xưa, như 攀劍樹也，則方寸皆割裂 *phàn kiếm thụ dã, tắc phương thốn giai cát liệt* (leo lên cây phủ kiếm sắc, ắt từng mảnh da nhỏ đều bị cắt xé ra)

墜 **trụy** → rơi xuống, như 重處偏墜 *trọng xứ thiên trụy* (nghiêng rơi về bên nặng)

增 **tăng** → tăng thêm, phát triển, như 自然增長 *tự nhiên tăng trưởng* (tự nhiên phát triển, lớn lên)

墮 **đọa** → sa đọa, rơi xuống nơi tồi tệ, như 墮地獄 *đọa địa ngục* (sa vào địa ngục)

審 **thẩm** → xét kỹ, biết rõ, như 審察 *thẩm sát* (kiểm tra, xem xét thật kỹ)

層 **tằng** → tầng bậc, như 九層之塔 *cửu tằng chi tháp* (tháp cao chín tầng)

幢 **tràng** → cờ phướn, mảnh vải dài treo rũ xuống để trang trí, như 高幢 *cao tràng* (lá phướn treo cao)

廣 **quảng** → rộng, như 廣益 *quảng ích* (rộng làm lợi ích cho người người)

影 **ảnh** → hình chiếu, cái bóng, như 形直影端 *hình trực ảnh đoan* (hình ngay thì bóng thẳng)

德 **đức** → như 澡心育德 *tháo tâm dục đức* (làm cho lòng dạ trong sạch, nuôi dưỡng đạo đức)

慧 **tuệ** → trí tuệ, trí sáng suốt rõ biết, như 世尊則具有無量神通智慧 *Thế Tôn tắc cụ hữu vô lượng thần thông trí tuệ* (đức Thế Tôn ắt có đầy đủ vô lượng thần thông trí tuệ)

慮 **lự** → lo tính về việc gì, như 何慮艱難 *hà lự gian nan?* (lo gì chuyện gian khổ khó khăn?)

憂 **ưu** → lo lắng, như 憂懼 *ưu cụ* (lo lắng sợ sệt)

憐 **lân** → cảm thương, xót xa cho ai, như 哀憐 *ai lân* (thương xót)

摩 **ma** → dùng trong từ ghép 懺摩 *sám-ma* để dịch âm Phạn ngữ kṣama, mang nghĩa là *hối* (悔), hối tiếc về việc sai trái đã làm. Hai chữ *sám hối* (懺悔) là cách dùng lặp nghĩa theo thói quen, bởi *sám* cũng có nghĩa là *hối*.

敷 **phu** → ban bố, mở rộng ra, như 敷揚 *phu dương* (khen ngợi nói rộng ra)

數 **sác** → nhiều lần, thường gặp, như 數見 *sác kiến* (thường thấy), 數數清於耳目 *sác sác thanh ư nhĩ mục* (thường thường giữ trong sạch tai mắt, nghĩa là không nghe nhìn những điều xấu ác.)

數 **số** → số lượng, con số, như 非論切數 *phi luận kiếp số* (không tính được số kiếp, nghĩa là nhiều vô cùng)

暫 **tạm** → tạm thời, chốc lát, không lâu dài, như 暫捨 *tạm xả* (tạm thời rời bỏ)

暮 **mộ** → buổi tối, lúc chiều tối, như 朝出而暮還 *triêu xuất nhi mộ hoàn* (sáng ra tối trở vào)

樂 **lạc** → vui, như 不知樂是苦因 *bất tri lạc thị khổ nhân* (không biết rằng vui là nguyên nhân của khổ)

歎 **thán** → than thở, bày tỏ cảm xúc, như 歎訝 *thán nhạ* (than thở sự lạ lùng)

潤 **nhuận** → ẩm ướt, như 時時有潤 *thời thời hữu nhuận* (lúc nào cũng ẩm ướt)

潰 **hội** → vỡ tung, tan nát, như 潰亂 *hội loạn* (rối tung hỗn loạn)

澄 **trừng** → lắng trong, như 澄清 *trừng thanh* (lắng trong thanh tịnh)

熟 **thục** → kỹ lưỡng, thuần thục, như 熟覽斯文 *thục lãm tư văn* (hãy đọc kỹ bài văn này)

熬 **ngao** → nấu, rang khô, như 煎熬 *tiên ngao* (đun nấu) 煎 *tiên* là đun nấu có nước, 熬 *ngao* là đun nấu không có nước, nấu khô.

熱 **nhiệt** → nóng, như 熱鐵 *nhiệt thiết* (sắt nóng)

盤 **bàn** → vật chứa các đồ vật khác, cái mâm, như 煎熬盤裏 *tiên ngao bàn lý* (đun nấu trong vạc, trong chảo)

瞋 **sân** → nóng giận, giận dữ, như 瞋心 *sân tâm* (lòng giận)

稽 **kê** → kê cứu, xem xét, như 稽古 *kê cổ* (xét theo các chuyện tích xưa)

窮 **cùng** → hết mức, cuối cùng, như 無窮 *vô cùng* (không cùng, không có mức cuối)

糊 **hồ** → dán, trét dính (bằng hồ dán), 糊口 *hồ khẩu* (ăn qua loa chỉ vừa tạm đủ sống)

緘 **giam** → ngậm kín, khép lại, như 緘言 *giam ngôn* (ngậm miệng không nói)

締 **đế** → ràng buộc, gắn kết, như 締好 *đế hảo* (gắn bó tốt đẹp)

緣 **duyên** → **1.** duyên cớ, nguyên nhân, chỉ cho tất cả trần cảnh vướng mắc là duyên cớ sinh khởi vọng tâm, như 息意忘緣 *tức ý vong duyên* (dứt ý quên duyên) **2.** những điều kiện cần thiết để nhân kết thành quả, như 因緣會遇時, 果報還自受 *nhân duyên hội ngộ thời, quả báo hoàn tự thọ* (khi nhân duyên hội đủ, quả báo phải tự chịu lấy)

緩 **hoãn** → chậm lại, trì hoãn, như 不可緩 *bất khả hoãn* (không thể chậm trễ)

緬 **miến** → cách xa, như 緬懷 *miến hoài* (nhớ nhung xa cách), 緬離 *miến ly* (rời bỏ cách xa)

膚 **phu** → da, như 舉體無完膚 *cử thể vô toàn phu* (khắp thân thể không một mảnh da nào còn nguyên vẹn)

蓬 **bồng** → cỏ bồng, lều tranh, như 蓽門蓬戶 *tất môn bồng hộ* (nhà tranh cửa cỏ, chỉ nhà nghèo khó)

蓮 **liên** → hoa sen, như 青蓮 *thanh liên* (hoa sen xanh)

蓽 **tất** → cây tất, cây kinh, một loại cỏ mọc thành bụi, dùng đan bện thành cửa gọi là 蓽門 *tất môn*, thường dùng chữ này chỉ nhà nghèo khổ.

蔽 **tế** → bao trùm khắp hết, như 映蔽一切 *ánh tế nhất thiết* (sáng soi khắp chốn)

誰 **thùy** → ai, người nào, dùng trong câu hỏi, như 此事誰見誰聞 *thử sự thùy kiến thùy văn* (việc này ai thấy ai nghe?)

談 **đàm** → bàn bạc, trò chuyện, như 談說 *đàm thuyết* (bàn luận giảng giải)

諍 **tránh** → tranh chấp, giành lấy phần thắng, như 不諍 *bất tránh* (không tranh chấp)

論 **luận** → bàn, tính, như 論天付錢 *luận thiên phó tiền* (tính theo ngày mà trả tiền), 非論刧數 *phi luận kiếp số* (không tính được số kiếp, nghĩa là nhiều vô kể)

諸 **chư** → các, những, chỉ số nhiều, như 多諸過咎 *đa chư quá cữu* (nhiều sự lầm lỗi)

賜 **tứ** → ơn huệ, như 眾生受賜 *chúng sinh thọ tứ* (chúng sinh được nhờ ơn)

賢 **hiền** → người hiền, bậc hiền đức, như 往聖前賢 *vãng thánh tiên hiền* (các bậc hiền thánh trước đây, nghĩa là trong quá khứ)

質 **chất** → tính chất, bản chất, như 保持幻質 *bảo trì huyễn chất* (giữ gìn lấy cái tính chất hư huyễn không thật)

趣 **thú** → chỗ hướng đến, mục đích, như 旨趣 *chỉ thú* (tôn chỉ, mục đích)

輝 **huy** → sáng soi, rực rỡ, như 佛日重輝 *Phật nhật trùng huy* (mặt trời Phật pháp lại sáng soi rực rỡ)

輪 **luân** → xoay vòng, chuyển đổi, như 輪流 *luân lưu* (thay nhau xoay vòng, nghĩa là hết người này đến người khác), 輪迴 *luân hoán* (thay đổi sửa chữa, nghĩa là bỏ điều xấu mà theo điều tốt)

遷 **thiên** → thay đổi, dùng trong 遷延 *thiên duyên* để chỉ việc lần lữa, kéo dài thời gian, như 遷延過時 *thiên duyên quá thời* (lần lữa để ngày trôi qua)

震 **chấn** → chấn động, như 震懾 *chấn nhiếp* (làm cho chấn động khiếp phục)

養 **dưỡng** → nuôi dưỡng, hàm nghĩa các món ăn uống, như 不求利養 *bất cầu lợi dưỡng* (không mong cầu lợi dưỡng)

餓 **ngạ** → đói, như 餓鬼 *ngạ quỷ* (quỷ đói, do nghiệp lực nên không thể ăn uống, luôn chịu sự đói khát hành hạ)

餘 **dư** → dư thừa, vượt quá mức cần thiết, như 有餘 *hữu dư* (có dư)

髮 **phát** → tóc, như 剃髮 *thế phát* (cắt tóc)

冀 **ký** → mong muốn, mong mỏi, như 冀期出離 *ký kỳ xuất ly* (mong muốn đến lúc thoát ra khỏi), 冀其成功 *ký kỳ thành công* (mong muốn được thành công)

凝 **ngưng** → ngưng đọng, ngưng kết lại, như 冰凍始凝 *băng đống thủy ngưng* (băng giá vừa ngưng đọng)

勳 **huân** → điều tốt đẹp đã làm được, như 功勳 *công huân* (công lao, thành tích nói chung)

器 **khí** → dụng cụ, đồ dùng, như 石器 *thạch khí* (đồ đá), 武器 *vũ khí* (công cụ để chiến đấu), 法器 *pháp khí* (dùng theo nghĩa bóng để chỉ người có thể làm cho hưng thịnh đạo pháp)

壅 **ủng** → che lấp, như 易壅 *dị ủng* (dễ bị che lấp)

學 **học** → học, như 學堂 *học đường* (trường học), 後學 *hậu học* (người học sau)

導 **đạo** → chỉ đường, dẫn dắt, như 導演 *đạo diễn* (người chỉ dẫn cách diễn xuất cho tất cả diễn viên trong vở kịch, bộ phim...), 導師 *đạo sư* (bậc thầy dẫn đường, dùng để tôn xưng đức Phật)

憑 **bằng** → nương tựa, như 憑恃 *bằng thị* (nương tựa cậy nhờ)

憶 **ức** → nhớ, tưởng đến, như 相憶 *tương ức* (nhớ nhau), 莫記莫憶 *mạc ký mạc ức* (không nhớ không tưởng)

懈 **giải** → trễ nãi, lười, như 懈怠 *giải đãi* (biếng nhác trễ nãi)

擅 **thiện** → tự ý làm theo điều gì, như 擅權 *thiện quyền* (chuyên quyền, nghĩa là tự quyết không nghe ai), 莫擅隨於庸鄙 *mạc thiện tùy ư dung bỉ* (đừng tự ý noi theo những kẻ thấp hèn)

擇 **trạch** → chọn lựa, như 擇伴 *trạch bạn* (chọn bạn), 決擇深奧 *quyết trạch thâm áo* (quyết định chọn lấy những chỗ sâu kín)

曉 **hiểu** → sáng sớm, như 曉夕 *hiểu tịch* (sớm tối), 曉露 *hiểu lộ* (sương buổi sáng sớm)

樹 **thụ** → cây, như 岸樹 *ngạn thụ* (cây đứng ven bờ)

機 **cơ** → điểm then chốt, quan yếu, như 軍機 *quân cơ* (điểm quan yếu trong việc quân), 研機精要 *nghiên cơ tinh yếu* (nghiên cứu kỹ những chỗ then chốt, tinh yếu)

橫 **hoành** → rậm rạp, rậm rì, như 蔓草橫生 *mạn thảo hoành sanh* (cỏ dại mọc rậm rạp), 莽莽橫屍 *mãng mãng hoành thi* (thây chất thành đống ngổn ngang dày đặc)

歷 **lịch** → rõ ràng, rành mạch, như 歷記成敗存亡 *lịch ký thành bại tồn vong* (ghi lại rõ ràng những sự thành bại tồn vong), 人果歷然 *nhân quả lịch nhiên* (nhân quả rõ ràng như vậy)

澡 **táo** → tắm rửa, nghĩa bóng là làm cho trong sạch, như 澡心育德 *tháo tâm dục đức* (làm cho lòng dạ trong sạch, nuôi dưỡng đạo đức)

Quy Sơn cảnh sách

濁 **trược** → dơ bẩn, như 內濁外清 *nội trược ngoại thanh* (trong lòng nhơ nhớp, bên ngoài [ra vẻ] trong sạch)

濃 **nùng** → đậm đặc, mức độ nhiều, như 施利濃厚 *thí lợi nùng hậu* (được cho những món lợi rất nhiều)

磨 **ma** → chà xát, như 磨刀 *ma đao* (mài dao)

積 **tích** → góp, chứa lại, như 積聚滋多 *tích tụ tư đa* (gom chứa lại ngày càng nhiều hơn)

縈 **oanh** → xoay quanh, vòng quanh, như 縈纏 *oanh triền* (ràng rịt bao quanh)

縛 **phược** → trói buộc, như 生死纏縛 *sinh tử triền phược* (sinh tử trói buộc vây quanh)

縠 **hộc** → lụa, như 縠穿雀飛 *hộc xuyên tước phi* (lụa thủng chim bay)

興 **hưng** → nổi lên, dấy lên, như 興決烈之志 *hưng quyết liệt chi chí* (bừng khởi ý chí quyết liệt)

蕊 **nhị** → nhị hoa, như 青蓮蕊結 *thanh liên nhị kết* (sen xanh bó nhị)

親 **thân** → thân thiết, thường gặp nhau, như 親近高德 *thân cận cao đức* (thường gần gũi các bậc cao đức)

諫 **gián** → can ngăn, ngăn ngừa, như 往者既不可諫 *vãng giả ký bất khả gián* (việc xưa kia đã không thể ngăn được)

諳 **am** → thông thạo, am hiểu, như 未諳法律 *vị am pháp luật* (chưa thông hiểu giới luật)

謂 **vị** → rằng, nói rằng, như 謂言 *vị ngôn* (nói rằng), 將謂出家貴求衣食 *tương vị xuất gia quý cầu y thực* (toan nói rằng việc xuất gia quý ở chỗ cầu được ăn mặc)

賴 **lại** → nhờ cậy, nhờ vả, như 終身依賴 *chung thân ỷ lại* (suốt đời dựa dẫm, ỷ lại)

踰 **du** → nhảy qua, bỏ qua, như 莫謾虧踰 *mạc mạn khuy du* (đừng khinh thường mà giảm bớt, bỏ qua)

踵 **chủng** → gót chân - dùng trong từ ghép 躘踵 *lủng chủng* để chỉ dáng đi lóng cóng của người già, như 躘踵老朽 *lủng chủng lão hủ* (già yếu lóng cóng vô dụng)

辦 **biện** → có đủ, như 但辦肯心 *đãn biện khẳng tâm* (chỉ cần có đủ quyết tâm)

辨 **biện** → biện biệt, phân biệt, như 東西莫辨 *đông tây mạc biện* (không phân biệt được đông tây)

遺 **di** → truyền lại, để lại, như 遺囑 *di chúc* (lời dặn lại của người chết), 父母之遺體 *phụ mẫu chi di thể* (thân thể của cha mẹ truyền lại)

鋸 **cứ** → cái cưa, như 利鋸解之 *lợi cứ giải chi* (cưa sắc cưa đứt lìa ra)

錯 **thác** → sai trái, như 一錯 *nhất thác* (một lần sai)

閻 **diêm** → dùng trong từ ghép 閻翁 *Diêm ông*, chỉ 閻王 *Diêm vương*, tức là vị chủ quản nơi cõi âm theo quan niệm xưa của người Trung Hoa.

隨 **tùy** → đi theo, thuận theo, như 識心隨業 *thức tâm tùy nghiệp* (tâm thức tùy theo nghiệp lực)

霍 **hoắc** → bỗng chốc, bất chợt, như 霍然 *hoắc nhiên* (bỗng nhiên), dùng trong cụm từ 揮霍 *huy hoắc* để chỉ khoảng thời gian thay đổi trong chớp nhoáng, nhanh chóng, như 臨行揮霍 *lâm hành huy hoắc* (giờ ra đi chỉ trong thoáng chốc - nói đến lúc lâm chung)

霑 **triêm** → nhận chịu, như 霑恩 *triêm ân* (chịu ơn), 虛霑信施 *hư triêm tín thí* (uổng nhận của tín thí)

靜 **tĩnh** → yên tĩnh, yên lặng, như 靜言思之 *tĩnh ngôn tư chi* (dừng lời suy xét)

頭 **đầu** → cái đầu, như 喫了聚頭喧喧 *khiết liễu tụ đầu huyên huyên* (ăn rồi dụm đầu nói chuyện huyên thuyên)

頻 **tần** → nhiều lần, thường lặp lại, như 頻頻遷徙 *tần tần thiên tỷ* (nhiều lần dời chuyển), 頻犯尸羅 *tần phạm thi-la* (thường nhiều lần phạm vào giới luật)

餐 **xan** → miếng ăn, bữa cơm, như 一餐一水 *nhất xan nhất thủy* (miếng cơm ngụm nước)

默 **mặc** → lặng yên 寂默 *tịch mặc* (vắng lặng)

龜 **quy** → con rùa, dùng trong cụm từ 龜鏡 *quy cảnh* để chỉ đến khuôn phép giáo hóa, vì nghĩa dùng mai rùa để đoán việc tương lai và dùng cái gương để chiếu xét việc tốt xấu trong hiện tại.

償 **thường** → đền bồi, bồi thường, như 酬償 *thù thường* (đền trả lại)

優 **ưu** → dùng trong từ ghép 優婆塞 *ưu-bà-tắc* để phiên âm chữ Phạn upāsaka, chỉ người cư sĩ nam.

彌 **di** → dùng trong các cụm từ phiên âm như 彌陀 *Di-đà*, tức đức Phật A-di-đà (Amitābha), 沙彌 *sa-di* (śrāmaṇeraka - vị xuất gia còn nhỏ tuổi, chưa thọ Cụ túc giới)

懇 **khẩn** → chân thành, hết lòng, như 懇求 *khẩn cầu* (hết lòng cầu xin), 懇修 *khẩn tu* (hết lòng tu tập)

應 **ưng** → nên làm, như 不應自輕 *bất ưng tự khinh* (không nên tự coi thường mình), 應須博問先知 *ưng tu bác vấn tiên tri* (nên phải rộng hỏi những người biết trước)

應 **ưng** → ứng theo, phù hợp theo với, như 相應 *tương ứng* (phù hợp qua lại với nhau), 應用 *ứng dụng* (dùng vào chỗ thích hợp)

擬 **nghĩ** → nghĩ đến, định làm, như 動經年載, 不擬棄離 *động kinh niên tải, bất nghĩ khí ly* (nhiều năm trôi qua, không nghĩ đến chuyện dứt bỏ)

斂 **liễm** → gom lại, rút lại, như 束斂 *thúc liễm* (gom lại một mối để chế ngự), 戢斂 *tập liễm* (gom lại để dứt bỏ)

檀 **đàn** → dùng trong 檀越 *đàn việt* hay 檀那 *đàn-na* để phiên âm tiếng Phạn là dānapati, chỉ những người phát tâm cúng dường cho chư tăng.

濕 **thấp** → ướt, như 濕衣 *thấp y* (ướt áo)

濟 **tế** → cứu giúp, như 濟困扶危 *tế khốn phù nguy* (cứu giúp người trong lúc nguy cấp, khốn cùng), 濟渡 *tế độ* (giúp người vượt qua cơn hoạn nạn), 拔濟三有 *bạt tế tam hữu* (bạt khổ cứu nguy khắp trong ba cõi)

濤 **đào** → con sóng, như 四海波濤 *tứ hải ba đào* (sóng nước bốn biển). 波 *ba* là con sóng nhỏ, 濤 *đào* là con sóng lớn.

濫 **lạm** → bừa bãi, quá mức, như 濫用 *lạm dụng* (dùng quá nhiều, đến mức không hợp lý), 濫廁僧倫 *lạm xí tăng luân* (bừa bãi đứng vào hàng tăng chúng, nghĩa là không xứng đáng)

濯 **trạc** → dùng nước rửa sạch, như 如珠被濯 *như châu bị trạc* (như hạt châu mang rửa sạch)

牆 **tường** → vách, tường, như 觸事面牆 *xúc sự diện tường* (gặp việc quay mặt vào vách, nghĩa là không biết cách ứng phó)

133

獲 **hoạch** → thu hoạch, nhận lấy (như kết quả việc gì), như 吉羅小罪，尚獲此報 *cát-la tiểu tội, thượng hoạch thử báo* (tội cát-la nhỏ nhặt, mà còn nhận lấy quả báo ấy)

療 **liệu** → trị liệu, chữa khỏi, làm dứt điều gì, như 烊銅難療渴 *dương đồng nan liệu khát* (nước đồng sôi không làm hết cơn khát)

禪 **thiền** → phép tu thiền, như 参禪 *tham thiền* (học thiền), 禪師 *thiền sư* (bậc thầy tu thiền)

糙 **tháo** → thô sơ, không kỹ lưỡng, thường dùng 粗糙 *thô tháo* để chỉ những gì chưa được tinh luyện, làm kỹ, như 情存粗糙 *tình tồn thô tháo* (còn giữ những tánh tình thô thiển)

糜 **mi** → cháo, nát nhừ ra như cháo, như 骨肉都糜 *cốt nhục đô mi* (xương thịt đều nát nhừ)

糞 **phẩn** → phẩn, chất thải sau khi tiêu hóa, như 糞穢 *phẩn uế* (phẩn dơ)

縱 **túng** → cho dù, giá như, như 縱有談說，不涉典章 *túng hữu đàm thuyết, bất thiệp điển chương* (giá như có bàn luận giảng giải cũng không liên quan gì đến kinh điển)

總 **tổng** → tổng cộng, tất cả, hết thảy, như 總是徒勞辛苦 *tổng thị đồ lao tân khổ* (hết thảy đều là uổng công lao nhọc khó khổ)

繁 **phồn** → rất nhiều, như 繁星滿天 *phồn tinh mãn thiên* (sao đầy trên trời), 受用殷繁 *thọ dụng ân phồn* (nhận dùng quá nhiều)

聯 **liên** → kết nối, nối liền, như 從此聯姻 *tùng thử liên nhân* (từ nay gắn kết thành thân thuộc)

聲 **thanh** → âm thanh, tiếng động, như 椀鉢作聲 *oản bát tác thanh* (chén bát tạo thành tiếng, nghĩa là khua đụng vào nhau), 聞聲見色 *văn thanh kiến sắc* (nghe âm thanh, thấy hình sắc)

聳 **tủng** → cao ngất, cao vút, như 高山聳立 *cao sơn tủng lập* (núi đứng cao chót vót), 上聳千尋 *thướng tủng thiên tầm* (lên cao vút đến ngàn tầm)

膿 **nùng** → mủ, chất lỏng chảy ra từ ung nhọt, như 膿血 *nùng huyết* (máu mủ)

臨 **lâm** → vào lúc, đến lúc, như 臨渴掘井 *lâm khát quật tỉnh* (đến lúc khát mới đào giếng), 臨行 *lâm hành* (lúc lên đường, ra đi),

舉 **cử** → cử động, hành vi, như 舉措 *cử thố* (hành động, việc làm nói chung)

艱 **gian** → khó khăn, vất vả mới làm được, như 艱難 *gian nan* (khó khăn vất vả)

虧 **khuy** → giảm bớt, không còn đủ, như 莫謾虧踰 *mạc mạn khuy du* (đừng khinh thường mà giảm bớt, bỏ qua)

螻 **lâu** → côn trùng, dùng trong từ ghép 螻蟻 *lâu nghĩ* để chỉ chung các loại côn trùng nhỏ nhít, đôi khi cũng hàm ý chỉ người hạ tiện, hèn kém.

謝 **tạ** → từ tạ, rời đi, như 神之欲謝 *thần chi dục tạ* (thần thức sắp rời đi)

賺 **trám** → lừa dối, lường gạt, như 被賺 *bị trám* (bị lừa dối), 相賺 *tương trám* (lừa dối nhau)

趨 **xu** → nghiêng về, ngả về, như 趨向 *xu hướng* (có khuynh hướng nghiêng về)

蹉 **sa** → dùng trong từ ghép 蹉跎 *sa đà* để chỉ việc lần lữa, bỏ phí thời gian, như 歲月蹉跎 *tuế nguyệt sa đà* (tháng năm lần lữa luống qua)

135

避 **tị** → tránh né, như 避雨 *tị vũ* (tránh mưa), 逃避 *đào tị* (trốn tránh)

還 **hồn** → trở lại, như 還家 *hoàn gia* (trở lại nhà), 果報還自受 *quả báo hoàn tự thọ* (quả báo trở lại tự chịu lấy)

雖 **tuy** → tuy nhiên, tuy là, như 雖不濕衣 *tuy bất thấp y* (tuy là không ướt áo)

霜 **sương** → giọt sương, như 春霜 *xuân sương* (giọt sương mùa xuân)

點 **điểm** → chấm, điểm, vật thể rất nhỏ, như 大千塵點 *đại thiên trần điểm* (bụi nhỏ trong khắp cõi đại thiên [thế giới])

齋 **trai** → ăn chay, người xuất gia ăn món ăn chay lạt và đúng giờ trong ngày gọi là trai, như 懇修齋戒 *khẩn tu trai giới* (hết lòng tu tập giữ gìn trai giới)

叢 **tùng** → tụ họp, gom lại, như 糞穢叢中 *phẩn uế tùng trung* (phẩn dơ tụ lại bên trong)

擾 **nhiễu** → rối loạn, rối rắm, lộn xộn, như 擾攘終身 *nhiễu nhưỡng chung thân* (suốt đời rối rắm bận bịu)

斷 **đốn** → dứt khoát, rạch ròi, như 決斷 *quyết đoán* (quyết định dứt khoát, không chần chừ lưỡng lự)

斷 **đốn** → dứt đoạn, cắt đứt, như 斷絕 *đoạn tuyệt* (cắt đứt hoàn toàn), 莫斷莫續 *mạc đoạn mạc tục* (không cắt đứt cũng không nối tiếp)

歸 **quy** → về, hướng về, như 指歸 *chỉ quy* (chỉ về, hướng về)

瞻 **chiêm** → chiêm bái, chiêm ngưỡng, như 瞻舍利 *chiêm xá-lợi* (chiêm bái xá-lợi Phật)

禮 **lễ** → lễ nghi, phép tắc trong việc ứng xử, như 無禮 *vô lễ* (không giữ lễ phép)

穢 **uế** → dơ nhớp, như 糞穢 *phẩn uế* (phân dơ bẩn)

竅 **khiếu** → lỗ, như thất khiếu (bảy lỗ, chỉ 2 lỗ mắt, 2 lỗ mũi, miệng và đường đại tiểu tiện), 有一竅而皆從刀割 *hữu nhất khiếu nhi giai tùng đao cát* (các lỗ trên thân đều bị dao cắt)

織 **chí** → dệt vải, như 紡織 *phưởng chí* (xe tơ dệt vải)

舊 **cựu** → cũ, xưa, trước đây, như 舊是翁而新作夫 *cựu thị ông nhi kim tác phu* (đời trước là cha, đời nay lại làm chồng)

薩 **tát** → dùng trong từ ghép 發菩 *Bồ Tát* để dịch chữ Bodhisattva trong Phạn ngữ, như 發菩薩願 *phát Bồ Tát nguyện* (phát khởi nguyện Bồ Tát)

藏 **tạng** → chất chứa, cất giữ, che giấu, như 少露多藏 *thiểu lộ đa tạng* (ít người bày tỏ, nhiều người che giấu)

覆 **phú** → che chở, che khuất, như 天雖高，不能覆我 *thiên tuy cao bất năng phú ngã* (trời tuy cao không thể che chở cho ta)

謾 **man** → khinh thường, như 莫謾虧踰 *mạc mạn khuy du* (đừng khinh thường mà giảm bớt, bỏ qua)

轉 **chuyển** → thay đổi, trở nên, như 積累轉深 *tích lụy chuyển thâm* (chất chứa phiền lụy thành ra sâu dày), 轉息即是來生 *chuyển tức tức thị lai sanh* (thay đổi hơi thở tức sang kiếp khác)

闕 **quyết** → thiếu khuyết, không đầy đủ, như 應用不闕 *ứng dụng bất khuyết* (chỗ dùng không thiếu khuyết)

雙 **song** → đôi, cả hai, như 悲智雙運 *bi trí song vận* (vận dụng cả hai, bi và trí)

雜 **tạp** → hỗn tạp, nhiều thứ khác nhau không có sự chọn lọc, như 雜色 *tạp sắc* (nhiều màu lẫn lộn), 雜事 *tạp sự* (công việc linh tinh), 雜話 *tạp thoại* (câu chuyện hỗn tạp, lộn xộn không chủ đích, không đề mục)

離 **ly** → rời bỏ, rời đi, như 固以棄離 *cố dĩ khí ly* (vốn đã dứt bỏ rời đi)

鞭 **tiên** → cây roi, dùng roi đánh, quất, như 鞭驢出血 *tiên lư xuất huyết* (dùng roi đánh con lừa chảy máu)

饕 **thiết** → tham ăn, như 饕餮 *thao thiết* (ham muốn, tham đắm)

懷 **hoài** → hoài bão, sự mong muốn ôm ấp trong lòng, như 特達之懷 *đặc đạt chi hoài* (hoài bão rộng lớn khác người)

攀 **phàn** → leo cây, như 攀劍樹 *phàn kiếm thụ* (leo cây kiếm)

曠 **khoáng** → rộng lớn, mênh mông, nhiều, như 從曠劫來 *tùng khoáng kiếp lai* (từ vô số kiếp đến nay)

癡 **si** → ngu si, si mê, như 仍舊癡迷 *nhưng cựu si mê* (vẫn si mê như cũ)

礙 **ngại** → ngăn trở, làm vướng víu, như 礙手礙腳 *ngại thủ ngại cước* (vướng víu tay chân), 物豈礙人 *vật khởi ngại nhân* (vật làm sao ngăn trở được người)

繫 **hệ** → trói buộc, ràng buộc, như 被繫 *bị hệ* (bị trói buộc), 業繫受身 *nghiệp hệ thọ thân* (nghiệp quả ràng buộc thọ nhận lấy thân)

羅 **la** → dùng trong cụm từ 婆羅門 *bà-la-môn* để phiên âm tiếng Phạn là brāhmana.

臘 **lạp** → tuổi hạ, như 年高臘長 *niên cao lạp trưởng* (tuổi đời cao, tuổi hạ nhiều) - Người xuất gia mỗi năm tham gia an cư một lần vào ba tháng trong mùa hạ, gọi là một tuổi hạ, ở Việt Nam là từ rằm tháng tư cho đến rằm tháng bảy. Như vậy, tuổi hạ tức là tuổi đạo, thể hiện thời gian xuất gia lâu hay mau.

藕 **ngẫu** → ngó sen, như 紅藕 *hồng ngẫu* (ngó sen hồng)

藤 **đằng** → thực vật thân bò, dây leo, như 井藤 *tỉnh đằng* (dây leo trong miệng giếng) - Cụm từ này lấy điển tích trong kinh Đại Tập: Có người bị hai con voi say đuổi, bám theo sợi dây mà xuống giếng. Nhìn xuống bên dưới thấy có ba con rồng phun lửa giương vuốt, liền bám chặt dây dừng lại. Bên trên liền có hai con chuột, một trắng một đen, cùng nhau gặm nhấm sợi dây,

蟻 **nghĩ** → con kiến, cũng dùng trong 螻蟻 *lâu nghĩ* để chỉ chung các loại côn trùng nhỏ nhoi.

證 **chứng** → chứng quả, như 證虛空之果 *chứng hư không chi quả* (chứng đắc quả vị như hư không)

識 **thức** → thần thức, như 識心隨業 *thức tâm tùy nghiệp* (tâm thức phải theo nơi nghiệp lực dắt dẫn)

辭 **từ** → từ biệt, từ giã, như 辭親決志披緇 *từ thân quyết chí phi truy* (từ biệt những người thân, quyết chí khoác áo người tu)

邊 **biên** → bờ, bên, như 這邊那邊 *giá biên na biên* (bên này bên kia)

鏡 **kính** → cái gương soi, dùng trong cụm từ 龜鏡 *quy cảnh* để chỉ đến khuôn phép giáo hóa, vì nghĩa dùng mai rùa để đoán việc tương lai và dùng cái gương để chiếu xét việc tốt xấu trong hiện tại.

難 **nan** → khó, như 後悔難追 *hậu hối nan truy* (về sau hối tiếc cũng không kéo lại được), 此宗難得 *thử tông nan đắc* (phép tu này khó được)

霧 **vụ** → sương mù, như 霧露中行 *vụ lộ trung hành* (đi trong sương móc)

靡 **mị** → dùng trong từ ghép 委靡 *ủy mị* (yếu hèn)

韜 **sáo** → giấu kín, không cho người khác biết, như 韜晦 *thao hối* (người có tài mà giữ kín không cho người khác biết), 晦跡韜名 *hối tích thao danh* (ẩn giấu hình tích tên tuổi, không cần cho ai biết đến)

願 **nguyện** → mong muốn, cầu cho được, như 願百刧千生, 處處同爲法侶 *nguyện bá kiếp thiên sanh, xứ xứ đồng vi pháp lữ* (nguyện cho trăm ngàn kiếp, dù ở đâu cũng được cùng làm bạn tu)

顙 **tảng** → cái trán, như 稽顙 *khể tảng* (cúi lạy dập trán sát đất)

顛 **điên** → đỉnh, nơi cao nhất, như 上九層之塔，必造其顛 *thượng cửu tằng chi tháp, tất tạo kỳ điên* (leo tháp cao chín tầng phải đến tận đỉnh)

類 **loại** → loài, như 異類 *dị loại* (loài khác, chỉ các loài vật, không phải loài người)

勸 **khuyến** → khuyên bảo, như 相勸 *tương khuyến* (khuyên bảo nhau)

嚴 **nghiêm** → nghiêm khắc, như 紀律很嚴 *kỷ luật ngận nghiêm* (kỷ luật rất nghiêm khắc), 嚴身 *nghiêm thân* (nghiêm khắc với thân mình, nghĩa là không buông thả)

寶 **bảo** → báu, quý báu, như 三寶 *Tam bảo* (Ba ngôi báu, chỉ Phật, Pháp và Tăng-già), 無價寶珠 *vô giá bảo châu* (hạt châu quý báu vô giá)

懸 **huyền** → treo lên, như 懸在高幢 *huyền tại cao tràng* (treo lên phướn cao)

懺 **sám** → sám hối, ăn năn, hối tiếc về việc sai trái đã làm, như 有罪不懺 *hữu tội bất sám* (có tội không chịu sám hối). Xuất phát từ chữ 懺摩 *sám-ma* được dùng để dịch chữ kṣama trong Phạn ngữ, dịch nghĩa là 悔過 *hối quá* (hối lỗi).

攘 **nhường** → rối loạn, rối ren, như 擾攘終身 *nhiễu nhường chung thân* (suốt đời rối rắm)

礫 **lịch** → đá sỏi, đá vụn, như 瓦礫 *ngõa lịch* (ngói sỏi, chỉ những thứ tầm thường, vô giá trị)

競 **cạnh** → ganh đua, chen nhau giành phần hơn, như 競爭 *cạnh tranh* (ganh đua nhau, tìm mọi cách để giành phần hơn)

繼 **kế** → nối dõi, tiếp theo, như 繼嗣 *kế tự* (nối dõi dòng tộc)

蘊 **uẩn** → tích tụ, cất chứa lại, như 蘊素精神 *uẩn tố tinh thần* (tích chứa sự trong sạch tinh thần)

蠕 **nhuyễn** → mềm mại, như 蠕形 *nhuyễn hình* (loài thân mềm, như con giun, con đỉa), 蠕動蜎飛 *nhuyễn động quyên phi* (chỉ chung các loài động vật)

覺 **giác** → phát giác, nói ra, như 纔相覺察 *tài tương giác sát* (vừa tìm biết nói ra chỗ lỗi lầm)

觸 **xúc** → tiếp xúc, gặp, như 觸事面牆 *xúc sự diện tường* (gặp việc quay mặt vào vách), 觸途成滯 *xúc đồ thành trệ* (đường đi tới thành ra ngưng trệ)

警 **cảnh** → răn dạy, như 警眾 *cảnh chúng* (răn dạy mọi người), 警策 *cảnh sách* (răn dạy khuyến khích - cảnh nghĩa là lấy điều đúng sai, lẽ hơn thiệt để dạy bảo cho biết việc nên làm, nên bỏ; sách nghĩa là khuyến khích, sách tấn, thúc giục người ta phải nỗ lực tiến lên)

譬 **thí** → thí dụ, lấy điều giống nhau để so sánh, như 譬如春霜 *thí như xuân sương* (giống như sương mùa xuân)

釋 **thích** → dùng trong từ ghép 釋迦 *Thích-ca*, danh hiệu Phật Thích-ca (Sākya)

闡 **xiển** → mở rộng, như 闡揚 *xiển dương* (mở rộng, làm sáng tỏ)

饑 **cơ** → đói, như 除饑 *trừ cơ* (trừ cơn đói)

黨 **đảng** → họ hàng thân tộc, như 父黨 *phụ đảng* (họ hàng bên nội), 妻黨 *thê đảng* (họ hàng bên vợ), 鄉黨 *hương đảng* (xóm giềng thân tộc)

囂 **hiêu** → ồn ào, ầm ĩ, như 叫囂 *khiếu hiêu* (gọi ầm lên), 喧囂止絕 *huyên hiêu chỉ tuyệt* (ngăn dứt sự ồn ào huyên náo)

屬 **thuộc** → cùng dòng họ, thân thuộc, như 眷屬 *quyến thuộc* (thân quyến họ hàng)

懼 **cụ** → sợ sệt, như 毫無所懼 *hào vô sở cụ* (không sợ sệt chút nào), 憂懼 *ưu cụ* (lo lắng sợ sệt)

懾 **nhiếp** → nhiếp phục, làm cho khuất phục, như 震懾魔軍 *chấn nhiếp ma quân* (làm cho quân ma phải chấn động khuất phục)

攜 **huề** → dắt díu, kéo đi, như 提攜 *đề huề* (dắt díu nhau đi, giúp đỡ lẫn nhau)

曩 **nẵng** → trước đây, xưa kia, như 曩時 *nẵng thời* (thời trước), 曩日 *nẵng nhật* (ngày trước), 曩劫 *nẵng kiếp* (kiếp trước)

爛 **lạn** → chín bấy, như 肝腸盡爛 *can trường tận lạn* (gan ruột đều nát bấy [vì nóng])

續 **tục** → nối tiếp, như 繼續 *kế tục* (tiếp nối theo), 連續 *liên* tục (nối tiếp không dứt), 莫斷莫續 *mạc đoạn mạc tục* (không dứt bỏ cũng không nối tiếp)

纏 **triền** → ràng rịt quấn quít không dứt ra được, như 纏繞 *triền nhiễu* (buộc quanh), 纏綿 *triền miên* (kéo dài mãi không dứt), 眾苦縈纏 *chúng khổ oanh triền* (các nỗi khổ ràng rịt vây quanh)

覽 **lãm** → xem, nhìn thấy, như 博覽 *bác lãm* (rộng xem nhiều việc), 展覽 *triển lãm* (bày ra cho mọi người đều có thể xem), 閱覽室 *duyệt lãm thất* (phòng đọc sách), 熟覽斯文 *thục lãm tư văn* (hãy xem thật kỹ bài văn này)

護 **hộ** → giúp đỡ, che chở bảo vệ, như 護持 *hộ trì* (bảo hộ gìn giữ)

鐵 **thiết** → sắt, như 熱鐵 *nhiệt thiết* (sắt nóng)

露 **lộ** → sương, móc, như 餐風宿露 *xan phong túc lộ* (ăn gió ngủ sương - nghĩa là dầm sương dãi gió), 曉露 *hiểu lộ* (sương buổi sớm)

響 **hưởng** → tiếng vọng của âm thanh, như 聲和響順 *thanh hòa hưởng thuận* (âm thanh hài hòa thì tiếng vọng thuận theo)

魔 **ma** → ma quỷ, điều xấu ác, như 魔軍 *ma quân* (quân của ma, nghĩa là những điều xấu ác)

聽 **thính** → nghe, như 聽察 *thính sát* (nghe và suy xét)

饕 **thao** → người tham ăn, dùng trong cụm từ 饕餮 *thao thiết* để chỉ sự ham muốn, tham đắm.

戀 **luyến** → nhớ tưởng đến điều gì không thể dứt được, như 留戀 *lưu luyến* (bịn rịn hoài không dứt), 戀家 *luyến gia* (nhớ nhà), 貪戀 *tham luyến* (tham muốn không dứt)

纔 **tài** → vừa mới, như 纔見 *tài kiến* (vừa mới trông thấy đây), 纔登戒品 *tài đăng giới phẩm* (vừa mới thọ giới)

變 **biến** → hóa ra, biến đổi thành, như 從心變起 *tùng tâm biến khởi* (từ nơi tâm hóa ra)

躘 **lủng** → dùng trong từ ghép 躘踵 *lủng chủng* để chỉ dáng đi lóng cóng của người già, như 躘踵老朽 *lủng chủng lão hủ* (già yếu lóng cóng vô dụng)

顯 **hiển** → hiện ra rõ ràng, lộ ra, như 性德方顯 *tánh đức phương hiển* (tánh đức mới hiển lộ ra)

體 **thể** → thân thể, như 父母之遺體 *phụ mẫu chi di thể* (thân thể do cha mẹ truyền lại)

靈 **linh** → linh, linh hiển, như 神靈 *thần linh* (vị thần linh hiển), cũng dùng chỉ thần thức con người, như 死不能導其神靈 *tử bất năng đạo kỳ thần linh* (chết đi không dẫn dắt được thần thức)

觀 **quan** → xem, nhìn thấy, như 容貌可觀 *dung mạo khả quan* (hình dung dáng vẻ có thể xem được, nghĩa là đẹp đẽ, dễ coi)

驢 **lư** → con lừa, như 鞭驢出血 *tiên lư xuất huyết* (dùng roi quất con lừa chảy máu)

鑽 **toàn** → xoi lỗ, khoan, đâm vào, như 針鑽 *châm toàn* (kim châm vào)

MỤC LỤC

Thay lời tựa 5
Chánh văn 7
Viết sau khi dịch 17
    Nhân quả và vô thường 18
    Chí hướng xuất gia 20
    Những điều nên tránh 21
    Những việc nên làm 23
    Thiền học và giáo học 24
    Khuyến tu 25
    Kết ý 26
Hành trạng Tổ Quy Sơn Linh Hựu 27
Nguyên bản Hán văn 31
Phần dịch âm 39
Tham khảo chữ Hán 45

Lời thưa

Trong kinh Pháp Cú, đức Phật dạy rằng: "Pháp thí thắng mọi thí." Thực hành Pháp thí là chia sẻ, truyền rộng lời Phật dạy đến với mọi người. Mỗi người Phật tử đều có thể tùy theo khả năng để thực hành Pháp thí bằng những cách thức như sau:

1. Cố gắng học hiểu và thực hành những lời Phật dạy. Tự mình học hiểu càng sâu rộng thì việc chia sẻ, bố thí Pháp càng có hiệu quả lớn lao hơn. Nên nhớ rằng **việc đọc sách còn quan trọng hơn cả việc mua sách.**

2. Phải trân quý kinh điển, sách vở in ấn lời Phật dạy. Khi có điều kiện thì mua, thỉnh về nhà để tự mình và người trong gia đình đều có điều kiện học hỏi làm theo. Không nên giữ làm của riêng mà phải sẵn lòng chia sẻ, truyền rộng, khuyến khích nhiều người khác cùng đọc và học theo. Không nên để kinh sách nằm yên đóng bụi trên kệ sách, vì **kinh sách không có người đọc thì không thể mang lại lợi ích.**

3. Tùy theo khả năng mà đóng góp tài vật, công sức để hỗ trợ cho những người làm công việc biên soạn, dịch thuật, in ấn, lưu hành kinh sách, **để ngày càng có thêm nhiều kinh sách quý được in ấn, lưu hành.**

Thông thường, việc chi tiêu một số tiền nhỏ không thể mang lại lợi ích lớn, nhưng nếu sử dụng vào việc giúp lưu hành kinh sách thì lợi ích sẽ lớn lao không thể suy lường. Đó là vì đã giúp cho nhiều người có thể hiểu và làm theo lời Phật dạy. Mong sao quý Phật tử khắp nơi đều lưu tâm đóng góp sức mình vào những việc như trên.

TINH YẾU THỰC HÀNH PHÁP THÍ

- Mua thỉnh kinh sách về đọc, tự mình sẽ được rất nhiều lợi ích.

- Chia sẻ, truyền rộng bằng cách cho mượn, biếu tặng kinh sách đến nhiều người thì lợi ích ấy càng tăng thêm gấp nhiều lần.

- Đóng góp công sức, tài vật để hỗ trợ công việc biên soạn, dịch thuật, giảng giải, in ấn, lưu hành kinh sách thì công đức lớn lao không thể suy lường, vì có vô số người sẽ được lợi ích từ việc lưu hành kinh sách.

www.ingramcontent.com/pod-product-compliance
Ingram Content Group UK Ltd.
Pitfield, Milton Keynes, MK11 3LW, UK
UKHW022225230426
12048UKWH00016BA/1071